सरश्री

दैव आणि असुर यांपलीकडील

श्रद्धा गीता

श्रद्धायुक्त युक्ती आणि पूजा, आहार, दान, तप, यज्ञ करण्याच्या पद्धती

संकल्पित अपुरं कार्यही श्रद्धेमुळेच पूर्णत्वास जातं

दैव आणि असुर यांपलीकडील
श्रद्धा गीता

Daiv Aani Asur yanpalikadil
Shraddha Gita
By **Sirshree** Tejparkhi

प्रकाशक : वॉव पब्लिशिंग्ज् प्रा. लि., पुणे

प्रथम आवृत्ती : जुलै २०१९
ISBN : 978-93-87696-90-7

© Tejgyan Global Foundation

All Rights Reserved 2019.
Tejgyan Global Foundation is a charitable organization having its headquarters in Pune, India.

सर्वाधिकार सुरक्षित
'वॉव पब्लिशिंग्ज् प्रा. लि.' द्वारे प्रकाशित हे पुस्तक अशा अटीवर विकण्यात येत आहे, की प्रकाशकाच्या लेखी पूर्वअनुमतीविना ते व्यापाराच्या दृष्टीने अथवा अन्य प्रकारे उसने, भाड्याने अथवा विकत, अन्य कोणत्याही प्रकारच्या बांधणीत अथवा अन्य मुखपृष्ठासह देता येणार नाही; तसेच अशाच प्रकारच्या अटी नंतरच्या ग्राहकावर बंधनकारक न करता आणि वर उल्लेखिलेल्या कॉपीराइटपुरत्या मर्यादित न ठेवता या पुस्तकाच्या कोणत्याही स्वरूपाच्या विनिमयास, तसेच कॉपीराइटधारक व वर उल्लेखिलेले प्रकाशक दोघांच्याही लेखी पूर्वअनुमतीविना इलेक्ट्रॉनिक, मेकॅनिकल, फोटोकॉपी, रेकॉर्डिंग इत्यादी प्रकारे या पुस्तकाचा कोणताही अंश पुनःप्रस्तुत करण्यास, जवळ बाळगण्यास अथवा सुधारित स्वरूपात प्रस्तुत करण्यास मनाई आहे.

'श्रद्धा गीता' या मूळ हिंदी पुस्तकाचा मराठी अनुवाद

प्रस्तुत पुस्तक समर्पित आहे,
अशा सामान्य लोकांना,
जे स्वतःमध्ये दैवी गुण आणि
सात्त्विक श्रद्धा जागृत करून स्वतःचं
तसंच समाजाचंही कल्याण करतात, हित साधतात.

खरी आणि सात्त्विक श्रद्धा
अनासक्त होऊन कर्म कसं कराल

कल्पना करा, एका डायरेक्टरने स्टेजवर भूमिका करण्यासाठी तीन पात्रं पाठवली आहेत. त्यांनी वेगवेगळ्या प्रकारची वेषभूषा केली आहे. एकाने पॅन्ट-शर्ट, दुसऱ्याने जीन्स-टी शर्ट आणि तिसऱ्याने कुर्ता-पायजमा परिधान केला आहे. त्यांच्या कपड्यामध्ये संपूर्ण नर्व्हस सिस्टिम फिट केली आहे. तसंच त्यांना ज्या रंगमंचावर पाठवलंय ते एक वैशिष्ट्यपूर्ण जादूचं असं स्टेज आहे. डायरेक्टर त्यांना सांगतो, 'तुम्ही अजिबात काळजी करू नका, तुम्हाला कोणताही डायलॉग लक्षात ठेवायचा नाहीए. तुम्ही जेव्हा स्टेजवर जाल तेव्हा आपोआपच तुमच्या तोंडातून डायलॉग निघायला सुरुवात होईल. आपण केवळ स्टेजवर जा बस्स...'

अशा प्रकारे नाटकातील तिन्ही पात्र स्टेजवर पोहोचले. तेथे कधी घराचा सेट असतो, तर कधी ऑफिसचा. कधी बागेचा तर कधी शहराचा. ही पात्रं सर्वत्र फिरत असतात. कधी चहा पितात तर कधी ऑफिसमध्ये काम करतात. कधी कुटुंबीयांसोबत गप्पा मारत असतात, तर कधी मित्रांबरोबर गप्पा-टप्पा करतात. प्रत्येकाच्या तोंडून एकापेक्षा एक सरस डायलॉग निघतात, हे पाहून ते स्वतःदेखील आश्चर्यचकित होतात, 'अरेच्च्या, हा तर चमत्कारच आहे, आपोआप हे सर्व कसं घडतंय!'

अशा प्रकारे तिघांनीही आपापल्या भूमिका उत्कृष्टपणे वठवल्या. आता वेळ आली अ‍ॅवॉर्ड मिळण्याची. त्यांना सांगण्यात आलं, ज्यांचा अभिनय सर्वोत्तम असेल त्यांनाच हा पुरस्कार देण्यात येईल. तत्पूर्वी तिघांना एक प्रश्न विचारण्यात आला.

'आपण जेव्हा स्टेजवर बोलत होता, अ‍ॅक्टिंग करत होता, तेव्हा, 'वाह, मी किती छान अभिनय करतोय, कसं सहजतेनं डायलॉग बोलतोय... असा विचार किती वेळा आला?' प्रत्येकाने प्रामाणिकपणे उत्तर दिलं. पहिला म्हणाला, 'मला पाच वेळा हा विचार आला. दुसऱ्याने उत्तर दिलं, 'दहा वेळा हा विचार मनात डोकावला.' तिसरा म्हणाला, 'मला कमीत कमी पंधरा वेळा तरी हा विचार आला.'

आता गंमत अशी झाली, की ज्याला सर्वांमध्ये हा विचार कमी वेळा आला, तो बक्षिसाचा मानकरी ठरला. त्यानंतर तिघांनाही विचारण्यात आलं, 'पुरस्काराच्या रूपात तुम्हाला कोणती वस्तू देण्यात यावी?' एक म्हणाला, 'स्टेजवर जी फुलदाणी आहे, ती फारच सुंदर आहे. ती मोहक असल्याने मला खूपच आवडली आहे. म्हणून मला तीच द्यावी.' दुसरा म्हणाला, 'स्टेजवर ठेवलेली खुर्ची अतिशय आरामदायी आहे. म्हणून मला तीच देण्यात यावी.' तिसरा म्हणाला, 'स्टेजमागे असलेल्या खोलीचे पडदे खूपच आकर्षक आहेत. ते बघूनच मन प्रसन्न होऊन जातं. त्यामुळे मला ते पडदेच द्यावेत.'

प्रत्येकाची आवड-निवड पाहून त्यांना कोणत्या गोष्टीविषयी आकर्षण निर्माण झालं, ही वेगळीच बाब आता समोर आली. याचाच अर्थ, ज्या गोष्टीविषयी त्यांना आसक्ती वाटली, तीच त्यांनी मागितली, हे स्पष्ट झालं. या उदाहरणाद्वारे हेच लक्षात येतं, की आपणदेखील जीवनाच्या रंगमंचावर एक भूमिकाच निभावत आहोत. शिवाय कितीतरी वेळा आपल्या मनात येतं, 'हे मी करत आहे... समोरचा ते करत आहे... तसंच हे नातं, पद, संपत्ती मलाच मिळायला हवी. यात अन्य कोणीही भागीदार असता कामा नये...' अशा प्रकारे नाटकातील कोणकोणत्या गोष्टींशी आपण आसक्त होतो? कुठली गोष्ट स्वतःसोबत नेण्याची इच्छा होते, आकर्षित करते? आपली श्रद्धा नेमकी कुणावर आहे, दिखाऊ की शाश्वत सत्यावर? याची उत्तरंच दर्शवतात, की आपली किती कर्मं शास्त्रानुकूल आहेत.

जितक्या वेळा तुम्हाला हे कर्म मी करतोय असा विचार येतो, तितकं तुम्ही शास्त्रानुकूल कर्मापासून दूर आहात, असा याचा अर्थ होतो. म्हणजेच तुमची श्रद्धा स्वार्थाने प्रेरित आहे. आपण जेव्हा कामनारहित, द्वेषरहित होऊन एखाद्या गोष्टीचा उपयोग करतो, तेव्हा आपली कर्मं शास्त्रानुकूल ठरतात. ज्यावेळी तुम्ही स्वतःचं आणि इतरांचं वेगळं अस्तित्व समजत नाही. दोघांमध्ये समान परमतत्त्वच पाहता. म्हणजे तुम्ही शास्त्रानुकूल कर्म करत आहात. शिवाय हेच स्वतःमध्ये फळ आहे. मग इतर कुठल्याही फळाची कल्पना करणं व्यर्थ ठरतं.

प्रस्तुत ग्रंथात दैवअसुरसंपदा योगात शास्त्रानुकूल कर्माविषयी विस्तृतपणे ज्ञान प्रदान केलंय. पृथ्वीवर दोन प्रकारचे लोक आहेत. एक जे शास्त्रनुकूल कर्म करतात, दैवी संपदेने युक्त असतात आणि दुसरे शास्त्रनुकूल कर्म करत नाहीत, ते असुरी संपदेने युक्त असतात.

याव्यतिरिक्त या ग्रंथात श्रद्धात्रयविभाग योगाच्या अंतर्गत तीन प्रकारच्या श्रद्धेचं वर्णन केलं गेलं आहे. श्रद्धा मनुष्याच्या स्वभावातून निर्माण होते. दैवी स्वभाव आणि असुरी स्वभाव यांमधून निर्मित श्रद्धेत फरक असतो. 'यथा राजा तथा प्रजा' या म्हणीनुसार आपण म्हणू शकतो, 'जशी श्रद्धा तसा दास'. याचाच अर्थ, मनुष्याच्या अंतःकरणात जशी भावना असते, तसाच तो बनतो. इतकंच

काय पण आपले मित्र, पुस्तकं, चित्रपट, देवी-देवता हेदेखील मनुष्याला आपल्या श्रद्धेनुसारच आवडतात. सत्त्वगुणातून उपजलेली श्रद्धा खरी श्रद्धा असते. ती मनुष्याला परमगतीकडे नेते.

चला तर, आपल्या जीवनाला झळाळी येण्यासाठी, आपल्यातील दैवी गुण विकसित करण्यासाठी या ग्रंथाचं पठण सात्त्विक श्रद्धेने करू या.

...सरश्री

अध्याय १६
दैवासुरसम्पद्विभाग योग

॥ अध्याय १६ - सूची ॥

श्लोक	विषय	पृष्ठ
१-३	दैवी संपदेची लक्षणं...............................	११
४-५	असुरी संपदेची लक्षणं आणि दैवी व असुरी संपदेची फलप्राप्ती...................	२३
६-१८	असुरी स्वभावाचं वर्णन.......................	२९
१९-२०	असुरांची गती.....................................	५१
२१-२२	नरकाचे द्वार-काम, क्रोध, लोभ.............	५७
२३-२४	शास्त्रसंमत कर्म.................................	६३

भाग १
दैवी संपदेची लक्षणं
॥ १-३ ॥

अध्याय १६

अभयं सत्त्वसंशुद्धिर्ज्ञानयोगव्यवस्थितिः। दानं दमश्च यज्ञश्च स्वाध्यायस्तप आर्जवम् ।।१।।

अहिंसा सत्यमक्रोधस्त्यागः शान्तिरपैशुनम्। दया भूतेष्वलोलुप्त्वं मार्दवं ह्रीरचापलम् ।।२ ।।

तेजः क्षमा धृतिः शौचमद्रोहो नातिमानिता। भवन्ति सम्पदं दैवीमभिजातस्य भारत।।३ ।।

१

श्लोक अनुवाद : भगवान श्रीकृष्ण म्हणाले, ''भयाचा संपूर्ण अभाव, अंतःकरणाची पूर्ण निर्मळता, तत्त्वज्ञानाकरिता ध्यानयोगात निरंतर दृढ स्थिती आणि सात्त्विक दान, इंद्रियांचं दमन; भगवान, देवता आणि गुरुजनांची पूजा, तसंच अग्निहोत्रादी उत्तम कर्मांचं आचरण, त्याचप्रमाणे वेदशास्त्रांचं पठन-पाठन, भगवंतांच्या नामांचं व गुणांचं कीर्तन, स्वधर्माचं पालन करण्यासाठी कष्ट सोसण्याची तयारी आणि शरीर व इंद्रियांसह अंतःकरणाची सरळता''।।१।।

गीतार्थ : गीतेच्या मागील अध्यायात आपण पाहिलं, की गुणातीत होऊन 'उत्तम पुरुषोत्तमाला' जाणून घेणं, हेच मनुष्य जीवनाचं ध्येय आहे. श्रीकृष्ण म्हणतात, जे ज्ञानी महात्मे मला उत्तम पुरुषोत्तम मानतात, ते निरंतर माझं भजन करतात. निरंतर पुरुषोत्तमाला भजणारे लोक दैवी गुणांनी संपन्न असतात. याउलट काही लोक असुरी गुणांनी संपन्न असतात. असे लोक पूर्णपणे अहंकारयुक्त असं जीवन जगतात. 'दैवअसुरसंपदा योग' हा अध्याय मनुष्याच्या याच दोन परस्परविरोधी गुणांचं वर्णन करतो. यात दैवी प्रकृती असलेले महात्मे आणि असुरी वृत्तीचे अज्ञानी लोक यांच्या लक्षणांविषयी विस्तृतपणे सांगितलं गेलं आहे.

या अध्यायातील पहिल्या श्लोकात दैवी संपत्तीच्या साहस, चित्तशुद्धी, ज्ञानयोगव्यवस्थिती, सात्त्विक दान, इंद्रियदमन, यज्ञ, स्वाध्याय, तप आणि सरळता या नऊ लक्षणांचं वर्णन केलेलं आहे.

साहस : हे दैवीसंपदेचं पहिलं आणि महत्त्वपूर्ण लक्षण आहे. आपल्याला प्रिय अशा गोष्टींचा वियोग आणि अप्रिय गोष्टींशी योगाच्या शंकेने मनात अगतिकतेचे जे भाव निर्माण होतात, त्याला भीती म्हणतात. विचार करा, मनुष्याला प्रिय असं काय असतं? पद, पैसा, प्रतिष्ठा, प्रशंसा, निरामयता, नातेसंबंध इत्यादी. आधी मनुष्य हे सर्व मिळविण्यासाठी सतत कष्ट करतो पण त्याचवेळी हे सर्व मिळेल की नाही, मिळालं तरी मिळालेलं हे यश टिकेल की नाही, याचं भय त्याला वाटतं. त्याला भय वाटत असतं, स्वतःची प्रतिष्ठा लयाला जाण्याचं, अपमानाचं, निंदेचं, अनारोग्याचं, वृद्धत्वाचं आणि मृत्यूचं... परंतु जेव्हा मनुष्याला आपल्या

अध्याय १६ : १

मूळ स्वरूपाची, वास्तविकतेची जाणीव होऊ लागते, तेव्हा ही सर्व भीती अवास्तव वाटू लागते. मग त्याला हे समजू लागतं, की या सर्व भावभावना, विशेषणं तो साकारत असलेल्या भूमिकेशी संलग्न आहेत, परंतु तो म्हणजे काही ते पात्र नव्हे; तो त्याहून निराळा आहे. एकदा ही समज प्राप्त झाली, की तो सर्व प्रकारच्या भयांपासून मुक्त होतो आणि साहस हाच त्याचा सहज स्वभाव, स्थायीभाव होऊन जातो.

चित्तशुद्धी : मनात निर्माण होणारे राग-द्वेष, हर्ष-शोक, मद-मत्सर, स्वार्थ-क्रोध, लोभ-मोह इत्यादी विकारांचं समूळ उच्चाटन होऊन मन निर्मळ, पवित्र बनणं म्हणजेच चित्तशुद्धी! चित्तशुद्धी झाल्याखेरीज आत्मज्ञान होऊ शकत नाही. दैवी संपदेने युक्त असलेल्या मनुष्याचं चित्त नेहमी या सर्व विकारांपासून दूर असतं. क्षमायाचना करून आणि क्षमाशील राहून चित्ताची ही अवस्था प्राप्त होऊ शकते.

ज्ञानयोगव्यवस्थिती : आत्मस्वरूपाचं यथार्थ दर्शन होण्याला इथे ज्ञान असं म्हटलं गेलंय. शिवाय त्याच्या प्राप्तीकरिता मनन, पठन, श्रवण आणि ध्यानसाधना यात सातत्याने स्थित राहण्यास ज्ञानयोगव्यवस्थिती असं संबोधलं आहे.

सात्त्विक दान : कोणत्याही मोबदल्याच्या अपेक्षेशिवाय केलेल्या दानास सात्त्विक दान असं म्हणतात. नाव, प्रसिद्धी मिळवण्याच्या अपेक्षेने केलेल्या दानास सात्त्विक दान असं म्हणता येऊ शकत नाही. इथे अर्पण करण्याच्या त्यागी वृत्तीस दान असं म्हटलं गेलं आहे.

इंद्रियदमन : इंद्रियदमन याचा अर्थ इंद्रियांवरील नियंत्रण. मात्र यासाठी विवेक असणं अत्यंत आवश्यक आहे. मानवी मनात नेहमी विवेक आणि विकार यांचं द्वंद्व सुरू असतं. विवेक आपल्याला स्थिरतेकडे घेऊन जातो, तर विकार सुख-दुःखांच्या चक्रात अडकवतो. म्हणूनच इंद्रियं विवेकाधीन असायला हवीत, इच्छा-अपेक्षांच्या, विकारांच्या अधीन असू नयेत.

अध्याय १६ : १

यज्ञ : यज्ञ म्हणजे आहुती देणं. या जीवनयज्ञात आपल्याला कर्मरूपी आहुती द्यायची आहे. आपली कर्तव्यं इतरांच्या कल्याणार्थ, कोणताही स्वार्थ न बाळगता आणि अभिमानरहित होऊन पार पाडत राहणं म्हणजेच यज्ञ होय. आपली सर्व कर्तव्यकर्मं म्हणजे नोकरी-व्यवसाय, खाणं-पिणं, झोपणं-जागणं, चालणं-फिरणं इत्यादी सर्व क्रिया ईश्वराला समर्पित करायच्या आहेत.

स्वाध्याय : आपल्या उद्दिष्टाच्या पूर्ततेसाठी स्वाध्याय अत्यावश्यक आहे. यासाठी साधकाने दिवसभरातील कामकाजाची लिखित स्वरूपात नोंद ठेवायला हवी. आपल्यातही विकार आहेत याचा प्रामाणिकपणे स्वीकार करून, ते विकार दूर करण्याचा प्रयत्न करणे म्हणजेच स्वाध्याय होय. आपल्या दिनचर्येत धार्मिक ग्रंथांचं वाचन, त्यावर मनन, ध्यान, जप, भक्ती, वैराग्य इत्यादीचा सराव नियमितपणे व्हायला हवा.

तप : साधकांसाठी तप तीन प्रकारचं असू शकतं. कायिक, वाचिक आणि मानसिक तप. कायिक तप म्हणजे शरीराला कष्ट देऊन केलेलं तप. भूक-तहान, शीत-उष्ण या साऱ्या प्रकारांना आपली साधनाच समजून, त्याद्वारे होणारे कष्टही आनंदाने सहन करणं म्हणजेच कायिक तप होय.

वाचिक तप म्हणजे वाणीद्वारे केलं जाणारं तप. जेव्हा कोणी आपल्याविषयी एखादा अपशब्द उच्चारतो आणि तरीही आपण शांतपणे आपलं तोंड बंद ठेवून ते सहन करतो, त्याला म्हणतात वाचिक तप. यामुळे आपल्या अंतरंगात आत्मशक्तीचा विकास होतो.

मानसिक तप म्हणजे विचार आणि भावनांद्वारे केलं जाणारं तप. नकारात्मक विचार आणि भावनांचं थैमान सुरू असतानाही त्यांना साक्षी भावनेने पाहू शकणं म्हणजे मानसिक तप होय. दैवी प्रकृतीचं हे मुख्य लक्षण आहे.

स्वतःला शरीरापलीकडे जाणून घेण्यासाठी तप अनिवार्य आहे. संयम आणि तपाच्या संयोगाने इंद्रियांना वश करता येऊ शकतं. तपावर संयमाचं

नियंत्रण नसेल, तर शरीराला अत्यंत पीडा सहन करावी लागते. अर्थात, तप करा; परंतु संयम आणि समभावासह.

चित्ताची सरळता : सरळता हा सत्यातून प्रकट झालेला गुण आहे. मानवी शरीर, वाणी आणि मनाच्या व्यवहारात जेव्हा कृत्रिम दिखाऊपणा नसतो, तेव्हा त्याला सहज-सरळ व्यवहार म्हणतात. केवळ प्रशंसा मिळवण्यासाठी एखादा चांगलं वागत असेल, तर हेदेखील एका अर्थाने कपटच आहे. म्हणून चित्तसरळतेचा हा गुण विकसित करण्यासाठी आधी आपल्याला स्वतःमधील कपट बंद करावे लागेल.

२

श्लोक अनुवाद : काया-वाचा-मनाने कोणालाही कोणत्याही प्रकाराने दुःख अथवा त्रास न देणे, यथार्थ व प्रिय भाषण, आपल्यावर अपकार करणाऱ्यावरही क्रोध न करणे, कर्मांच्या ठिकाणी कर्तेपणाच्या अभिमानाचा त्याग, अंतःकरणात चंचलता नसणे, कोणाचीही निंदा वगैरे न करणे, सर्व प्राणिमात्रांच्या ठिकाणी निर्हेतुक दया, इंद्रियांचा विषयांशी संयोग झाला तरी त्यांच्याविषयी आसक्ती न वाटणे, कोमलता, लोकाविरुद्ध व शास्त्रविरुद्ध आचरण करण्याची लज्जा, अनावश्यक हालचाली न करणे।।२।।

गीतार्थ : दैवी प्रकृतीच्या लक्षणांचं विवेचन करताना भगवान श्रीकृष्ण या श्लोकाद्वारे पुढील काही दैवी गुणांचं वर्णन करत आहेत.

अहिंसा : कोणत्याही प्राणिमात्राला स्वतः अथवा इतरांकडून त्रास देणं किंवा असा त्रास देणाऱ्या व्यक्तीला सहमती दर्शविणं हीदेखील एकप्रकारची हिंसाच आहे. काया-वाचा-मनाद्वारे कोणाचंही अहित न करणे, न चिंतणे म्हणजेच अहिंसा होय. आपलं मत नम्रतेने मांडणे, वाणीद्वारे कुणालाही कठोरपणे न बोलणे, कोणालाही शारीरिक त्रास न देणे, त्याचबरोबर आपल्या विचारांनीदेखील कोणाला न दुखावणे म्हणजेच अहिंसा होय. समजा,

आपण जरी कोणाला शारीरिक मारहाण केली नाही, मात्र मनातून त्याला मारण्याचेच विचार येत असतील, तर तुमच्याकडून घडलेली ती एकप्रकारची मानसिक हिंसाच आहे.

सत्य : मन, बुद्धी, इंद्रियांद्वारे जसं पाहिलं, ऐकलं, वाचलं, अनुभवलं, ते इतरांचं हित लक्षात घेऊन अगदी जसंच्या तसं, त्यात काहीही उणं-अधिक न करता नम्रतेने सांगणं म्हणजेच सत्य होय. आपण सत्य कथन करत आहात, याचाच अर्थ, आपल्याला मोठमोठ्याने बोलण्याचा परवाना मिळाला आहे, असा होत नाही. आपलं सत्य हे श्रवणीय असायला हवं, ते कानांनाही मधुर वाटायला हवं. समोरच्याला त्याच्या चुकांची जाणीव तर करून द्यायलाच हवी, परंतु त्याला तुच्छ लेखून नव्हे, तर मधुर शब्दांत समजवायला हवं.

अक्रोध : कोणाकडून अपमान, निंदा अथवा अपशब्द ऐकून किंवा एखाद्याकडून तरी घडलेलं अनैतिक कार्य पाहून मनात जी उत्तेजना आणि प्रक्षोभ निर्माण होतो, त्याला क्रोध असं म्हणतात. अशा वेळी क्रोध निर्माण होणं हे तर स्वाभाविकच आहे; परंतु साधनामार्गातील साधकासाठी हीच घटना साधन बनते. अशा स्थितीत साधक तक्रारी करण्याऐवजी क्रोधाला वशीभूत करण्याचा, त्याला आपल्या नियंत्रणात ठेवण्याचा प्रयत्न करतो. 'अक्रोध' हा दैवी संपदेचाच प्रमुख गुण आहे.

त्याग : गुणच गुणांतून व्यक्त होत आहेत, माझ्याकडून घडणाऱ्या कर्मांशी माझा काहीही संबंध नाही; परमेश्वरच त्याच्या इच्छेनुसार या शरीर, मन, वाणीद्वारे कर्म करून घेत आहे, या समजेनुसार मनुष्याने कर्म करत राहणं आणि कर्तेपणाच्या अहंकाराचा त्याग करणं, हाच खऱ्या अर्थाने त्याग आहे.

शांती : प्रतिकूल परिस्थितीतही अंतःकरणात चंचलता नसेल, कोणती कंपनं नसतील, कोणाविषयीही काहीही तक्रार नसेल, तर ती खरी शांती होय. आपल्या अंतरंगात घुसमट होत असेल आणि आपला चेहरा निर्विकार भासत असेल, तर त्याला शांती म्हणता येणार नाही. आपल्या सभोवताली

अध्याय १६ : २

जे काही घडतंय, ते तर केवळ निमित्तमात्र आहे. एकदा ही समज प्राप्त झाली, की अशांतीचं काही कारणच उरत नाही.

अपैशुन* (**दोषदृष्टीरहित**) : इतरांतील दोष न पाहणं, किंवा लोकांसमोर ते व्यक्त न करणं, किंवा कोणाची चुगली, चहाडी न करणं म्हणजेच अपैशुन होय. जेव्हा चार लोक एकत्र येतात, तेव्हा जगभरातील चर्चेस उधाण येतं. प्रत्येकजण आपलं म्हणणं हिरिरीने मांडत असतो. अशा वेळी कित्येक गोष्टी तिखट-मीठ लावूनसुद्धा सांगितल्या जातात. कोणीही कमीपणा घ्यायला तयार नसतं. मग त्यावेळी बहुधा जो अनुपस्थित असतो, त्याच्याविषयीच चर्चा, टीकाटिप्पणी चाललेली असते. निंदारसाचा आस्वाद घेणं सर्वांनाच आवडत असतं. परंतु जो स्वतः सद्गुणांनी संपन्न आणि दोषरहित असतो, तो इतरांतील कमतरतांची मोजदाद करण्यात आनंद मानत नाही, तर त्याचं लक्ष स्वतःवरच केंद्रित असतं. तो सदैव दोषदृष्टीरहित असतो.

दया : आपल्या आसपास असणाऱ्या लोकांचं दुःख-दैन्य, त्यांचे कष्ट दूर करण्याची इच्छा आणि त्यानुसार प्रयत्न करणे म्हणजेच दयाभाव होय. या प्रयत्नात व्यक्तीचा स्वतःचा असा कोणताही वैयक्तिक स्वार्थ दडलेला नसतो. केवळ इतरांबद्दलची सहानुभूती आणि तळमळच तीव्र असते.

अलोलुपता* (**अलिप्तता**) : डोळ्यांना सुंदर दृश्यं बघाविशी वाटणं, रसनेचा स्वादाबाबतचा लोभ, कानांचं मधुर ध्वनींबाबतचं आकर्षण, नाकाची मंद सुगंधाच्या दरवळाबाबतची आसक्ती म्हणजेच लोलुपता होय. याचबरोबर इतर लोक जेव्हा सुख-सुविधांच्या साधनांचा उपभोग घेत असतात, तेव्हा ते बघून त्यांच्या हव्यासाने मनात निर्माण होणारा लोभ म्हणजेच लोलुपता होय. उदाहरणार्थ, आपला शेजारी परदेश सहलीस गेला, अथवा मित्राने नवी कार किंवा एखाद्याने नवा मोबाईल खरेदी केला, तर ते पाहून निर्मळ आनंद होण्याऐवजी, 'मला कधी घेता येणार' अशा प्रलोभनात अडकणं, यालाच लोलुपता असं म्हटलं जातं आणि जिथे या वृत्तीचा अभाव असेल ती अलोलुपता होय.

मार्दव* (मृदुता, हळवेपणा) : अंतःकरणात जेव्हा नम्रता व कोमलतेचे भाव प्रबळ असतात, वाणी व व्यवहारात कठोरतेचा पूर्णपणे अभाव असतो, तेव्हा त्याला मार्दव म्हणतात. हा दैवी प्रकृतीचा विशेष गुण आहे.

लज्जा : लौकिक व सामाजिक नीतिनियमांविरुद्ध आचरण घडल्यास मनात जो संकोच निर्माण होतो, त्याला लज्जा म्हणतात. मनुष्याच्या मनात एक प्रकारचं सात्त्विक भय असायला हवं, जेणेकरून तो कोणतंही अनैतिक कार्य करायला प्रवृत्त होऊ नये. जे बेडर असतात, त्यांचं वर्तन मर्यादाशील नसतं, असे लोक अनैतिक गोष्टींत अडकून स्वतःची प्रतिष्ठा हरवून बसतात.

अचापल* (अचलता) : मन, वाणी, हात, पाय यांच्या अनावश्यक हालचालींना चंचलता म्हणतात. उदाहरणार्थ, बसल्याबसल्या दोन्ही हातांची बोटं मोडणं, पायाच्या अंगठ्यानं जमीन उकरणं, गवतावर बसलेलं असताना उगाचंच गवताच्या काड्या मोडणं, बूड ना शेंडा असलेल्या निरर्थक गोष्टींवर विचार करणं... इत्यादी. या सर्व क्रिया म्हणजे चंचलतेची निशाणी आहे. काही लोकांना हाती घेतलेलं काम अर्ध्यातच सोडून दुसरं सुरू करायची सवयच असते. मग तेही अर्धवट सोडून तिसरंच करायचं. अशा प्रकारे कोणत्याही कामात मन एकाग्र होत नाही. वेळोवेळी वेगवेगळी कामं करण्याची इच्छा निर्माण होणं, हे उतावीळपणाचं लक्षण आहे. त्याचा त्याग करून स्थिरता प्राप्त करणं हा दैवी सद्‌गुण आहे.

३

श्लोक अनुवाद : तेज, क्षमा, धैर्य, बाह्यशुद्धी, तसंच कोणाविषयीही शत्रुत्वभाव नसणे आणि स्वतःविषयी मोठेपणाचा अभिमान नसणे, या सर्व गोष्टी म्हणजे हे अर्जुना, दैवी संपदेसह जन्मलेल्या मनुष्याची लक्षणं आहेत।।३।।

गीतार्थ : दैवी लक्षणांच्या शृंखलेचा विस्तार करत असताना भगवान श्रीकृष्ण पुढे आणखी काही गुणांचं वर्णन करतात–

अध्याय १६ : ३

तेज : श्रीकृष्ण म्हणतात, "दैवी संपदेने युक्त असलेला ज्ञानी मनुष्य तेजानेही समृद्ध असतो. पण त्याचं तेज केवळ त्याच्या मुखमंडलावरील आभा पाहून जाणता येत नाही; तर ते जाणवत असतं त्याच्या डोळ्यांत चमकणाऱ्या आनंदात. तप्त हृदयांना शीतलता प्रदान करणाऱ्या त्याच्यातील शक्तीत, त्याच्या प्रेरणादायी ऊर्जायुक्त उपस्थितीत... संतसंग लाभल्यानंतर संतांच्या सान्निध्यात त्यांच्यातील ऊर्जेच्या प्रभावाने मनुष्य आपल्यातील कुप्रवृत्तींचा त्याग करून सदाचारी बनतो, यालाच दैवी गुणांनी युक्त पुरुषाचं तेज असं म्हणतात. एखाद्या शीघ्रकोपी मनुष्यासमोरही इतर लोक त्याच्या स्वभावाविरुद्ध काम करायला घाबरतात; परंतु हे केवळ त्याच्यातील क्रोधाचं तेज असतं. मनुष्यात दैवी संपत्तीचे गुण प्रकट होऊ लागल्यास, ते पाहून इतरांमध्येही स्वाभाविकपणे सौम्य भावाचे तरंग निर्माण होऊ लागतात. लोक त्याच्यासमोर दुराचार करायला घाबरतात आणि सहाजिकच सद्भावनापूर्ण वर्तन करू लागतात.

क्षमा : दैवी संपदेने युक्त असलेला ज्ञानी मनुष्य क्षमाशील असतो. वास्तविक तो क्षमा करणं किंवा क्षमा मागण्याच्याही पलीकडे असतो. त्याला प्रत्येक घटना ही स्वचलित, स्वघटितरीत्या घडत आहे आणि जे काही घडतंय ते सर्व काही सुरळीत सुरू आहे, हे त्याला योग्य प्रकारे ठाऊक असतं. तो त्याच्याशी दुर्व्यवहार करणाऱ्या व्यक्तीला शिक्षाही करत नाही किंवा त्याचा बदला घेण्याची इच्छाही बाळगत नाही. त्याच्या अपराधांना जर तो अपराधच मानत नसेल, तर त्यासाठी क्षमा करणं ही त्याच्यासाठी अत्यंत सहज-सुलभ गोष्ट असते. त्याची अवस्था क्षमेच्याही पल्याड असते. म्हणजेच, क्षमाशीलता हा त्याचा स्वाभाविक गुणधर्म असतो.

धृती (धैर्य) : धृती म्हणजे धैर्य. धृती हे दैवी संपदेचं महत्त्वपूर्ण लक्षण आहे. असा मनुष्य मोठ्यात मोठ्या संकटाचाही सामना न घाबरता, मोठ्या धैर्याने करतो. क्रोध, स्वार्थ, लोभ, भीती यांसारख्या मनोविकारांपुढे मान झुकवून तो आपला निश्चय बदलत नाही. त्याला माहीत असतं, की 'प्रत्येक दृश्य

हे पुढील दृश्याची पूर्वतयारी आहे.' 'हेही बदलणार आहे' या सूत्राचं त्याला कधीच विस्मरण घडत नाही. म्हणूनच धैर्य त्याची साथ कधीही सोडत नाही.

शौच : शौच म्हणजे शुद्धी, पूर्णपणे अंतर्बाह्य शुद्धी. आपलं शरीर हे एक मंदिर आहे, ज्यात ईश्वराचा निवास आहे. ईश्वर हे जर एक परमशुद्ध असं तत्त्व असेल, तर मग त्याचं निवासस्थान किती पवित्र असायला हवं! शरीराची बाह्य शुद्धता तर व्हायलाच हवी; पण आंतरिक शुद्धता ही त्याहून कित्येक पटीने अधिक महत्त्वपूर्ण आहे. तन, मन दोन्हींच्या शुद्धीकरणाने खरं पावित्र्य प्राप्त होतं. चित्तशुद्धीकरिता सर्वप्रथम आपल्यातील विकार ओळखून, त्यांचा स्वीकार करणं आणि मग ज्ञानप्राप्ती करून त्यांची व्यर्थता लक्षात घेणं ही मुख्य पावलं आहेत. ही समजच आपल्याला त्या विकारांपासून मुक्त करून आपलं चित्त पवित्र करते.

अद्रोह (विरोधरहित) : अद्रोह याचा अर्थ आहे अविरोध, जिथं कोणताही विरोध नाही, शत्रुत्व नाही. दैवी संपदेने युक्त मनुष्याच्या मनात अनिष्ट करणाऱ्याविषयीही 'जशास तसं' हा भाव नसतो. प्रत्येक प्रकारच्या दुर्भावनेपासून त्याचं मन मुक्त असतं. सर्वसाधारणतः एखाद्या व्यक्तीने जर कोणाचं नुकसान केलं, तर त्या मनुष्याच्या मनात नुकसान करणाऱ्या व्यक्तीविषयी द्वेष निर्माण होतो, मग संधी मिळताच त्याचा बदला घेतला जातो. परंतु दैवीसंपदा प्राप्त करणं हाच ज्याच्या जीवनाचा उद्देश आहे, त्याचं कुणीही कितीही नुकसान केलं, तरी त्याच्या मनात सुडाची भावना निर्माण होत नाही. कर्मयोगाचा साधक सर्वांसाठी हितकारक असंच कर्म करत राहतो, ज्ञानयोगाचा साधक सर्वांमध्ये आत्मतत्त्वच पाहतो आणि भक्तियोगाचा साधक सर्वांभूती भगवंत म्हणजे सर्वांमध्ये आपल्या इष्टदेवतेलाच पाहतो. असं जर असेल, तर मग तो इतरांशी द्रोह कसा करू शकेल बरं!

न अतिमानिता (अभिमानरहित) : जो खरोखरच श्रेष्ठ आहे, त्याला अति मान-सन्मानाची इच्छा-अपेक्षा नसते. कारण मनुष्याला आपली जात, धर्म,

भाषा, संस्कृती, ईश्वरच सर्वश्रेष्ठ आहे, असंच नेहमी वाटत असतं. आपल्या प्रत्येक गोष्टीचा गौरव व्हावा, सर्वांकडून मान-सन्मान मिळावा, सर्वांनी आपली प्रशंसा करावी आणि आपल्याला प्रतिष्ठा प्राप्त व्हावी, असंच त्याला नेहमी वाटतं. परंतु जिथे या साऱ्या इच्छांचा अभाव असेल, त्याला 'न अतिमानता' असं म्हटलं जातं. अतिमानतेची इच्छाच नसल्याने असा मनुष्य तत्क्षणीच सर्व प्रकारची उत्कटता आणि अनावश्यक जबाबदाऱ्यांतून मुक्त होतो. त्याच्या लक्षात येतं, की मान-सन्मानामुळे आपल्यातील अहंकाराला खतपाणी मिळतं आणि असा पुष्ट झालेला अहंकार हा मनुष्याला ईश्वरापासून दूर नेतो. अहंकारापासून चार हात दूर राहूनच दैवी संपदेने संपन्न होता येऊ शकतं.

आतापर्यंत ईश्वरप्राप्तीची आस असणाऱ्या मनुष्यातील दैवी गुणांचं विवेचन करण्यात आलं. आता पुढील काही श्लोकांमध्ये ज्यांचं उद्दिष्ट प्रापंचिक भोगलालसा आणि संग्रह करत राहणं हेच असतं, अशा भोगाधीन लोकांमध्ये कोणकोणते असुरी गुण असतात, त्याचं वर्णन करण्यात आलेलं आहे.

● मनन प्रश्न :

१. दैवी संपदेची लक्षणं वाचून, ती प्राप्त करण्याची तळमळ आपल्या मनात निर्माण झाली आहे का?

२. वर उल्लेखलेल्या गुणांपैकी कोणते गुण आपल्यामध्ये आहेत, असं तुम्हाला जाणवतं आणि आणखी कोणत्या गुणांचं संवर्धन आपल्याकडून व्हावं अशी इच्छा आहे?

भाग २

असुरी संपदेची लक्षणं आणि दैवी व असुरी संपदेची फलप्राप्ती

॥ ४-५ ॥

अध्याय १६

दम्भो दर्पोऽभिमानश्च क्रोध: पारुष्यमेव च। अज्ञानं चाभिजातस्य पार्थ सम्पदमासुरीम् ॥४॥

दैवी सम्पद्विमोक्षाय निबन्धायासुरी मता। मा शुच: सम्पदं दैवीमभिजातोऽसि पाण्डव ॥५॥

४

श्लोक अनुवाद : आणि हे पार्था! दंभ, घमेंड आणि अभिमान; तसंच क्रोध, कठोरपणा, निर्दयता व अज्ञान ही सर्व असुरी संपत्ती घेऊन जन्मलेल्या पुरुषाची लक्षणं आहेत।।४।।

गीतार्थ : या श्लोकात श्रीकृष्ण अर्जुनाला त्या असुरी गुणांविषयी सांगत आहेत, जे ईश्वरप्राप्तीच्या मार्गात बाधक ठरतात. दैवी गुणांच्या अगदी विरुद्ध असणारे असे हे असुरी गुण आहेत. असे गुण असलेला मनुष्य कधीही आध्यात्मिक पातळीवर उन्नती साधू शकत नाही. म्हणूनच या असुरी गुणांचा त्याग करण्यातच सर्वांचं भलं आहे. हे गुण पुढीलप्रमाणे आहेत-

दंभ : दंभ याचा अर्थ दिखाऊपणा. दांभिक मनुष्याचे दाखवायचे आणि खायचे दात वेगवेगळे असतात. म्हणजेच त्याच्या अंतरंगात काही वेगळंच शिजत असलं, तरी बाहेरून तो काही वेगळंच दर्शवत असतो. त्यामुळे असे लोक हे विश्वास ठेवण्याच्या पात्रतेचे नसतात. भोगवासना नखशिखान्त भरलेली असली तरीही योगी असल्याचा पाखंडीपणा (भोंदूगिरी) करत राहतात. भक्तीचं, दान-धर्माचं, व्रत-वैकल्यांचं ढोंग करून समाजात धाकदपटशा दाखवू इच्छितात. मग भलेही मनात भक्तिभाव अगदी नगण्य असो, ईश्वरप्राप्तीची यत्किंचितही ओढ नसो. मात्र असे लोक व्होट (मत) आणि नोट यांच्यासाठी काहीही करायला तयार असतात.

दर्प : जमीन-जुमला (स्थावर-जंगम), घर-प्रपंच, ऐश्वर्य-संपत्ती याबद्दल मनुष्याच्या मनात जो अहंभाव निर्माण होतो, त्याला दर्प असं म्हणतात. हा अहंकार अधिकारामुळेच प्राप्त झालेला असतो. जसं- मी इतक्या घरांचा मालक आहे... माझा बँक बॅलन्स इतका आहे... समाजात मला खूप प्रतिष्ठा आहे... मोठ्या कंपनीत मी उच्च पदावर आहे. माझ्या एका हाकेसरशी इतके लोक माझ्या साहाय्याला धावू शकतात... माझा धर्म... माझा संप्रदाय... माझे गुरू... आणि बरंच काही.

अतिमान (अभिमान) : याची लक्षणं 'नअतिमानिता' या दैवी गुणाच्या अगदी उलट असतात. आपल्या अवतीभोवती असणारे लोक; जसं- आपला मित्रपरिवार, ओळखीचे लोक, सहकारी, नातेवाईक यांच्याकडून मान-सन्मान

मिळण्याची इच्छा प्रबळ होणे म्हणजे अतिमान होय. असे लोक आपली जात-पात, बुद्धी-सिद्धी-समृद्धी यांच्या आधारे लोकांना प्रभावित करून सन्मान मिळविण्याचीच अपेक्षा करत असतात. त्यांचा प्रत्येक प्रयत्न हा जनमानसात प्रसिद्ध होण्यासाठी, चर्चेत राहण्यासाठीच असतो.

क्रोध : क्रोधातून वासनांचा उगम होतो आणि वासनेतून जन्मतो क्रोध. मनुष्याची सुप्त इच्छा जेव्हा पूर्ण होऊ शकत नाही, तेव्हा त्याच्यात क्रोध संचारतो आणि हा क्रोधच अन्य दुष्ट इच्छा निर्माण करतो. जसं- एखादा विद्यार्थी परीक्षेत प्रथम क्रमांक मिळवावा ही इच्छा बाळगून असतो; पण त्यात तो सफल होत नाही. त्याच्यात मत्सर जागृत होऊन पुढील परीक्षेच्यावेळी ज्या मुलाने आधी अव्वल क्रमांक मिळवला होता त्याची पुस्तकं तो चोरतो, त्याच्या नोट्स गहाळ करतो किंवा ऐनवेळी त्याची सायकल तरी पंक्चर करतो. मनुष्याच्या स्वार्थपूर्तीत जेव्हा बाधा निर्माण होते, तेव्हा क्रोधाची उत्पत्ती होते. क्रोधामुळे आपल्या स्वतःच्या, तसंच समोरच्या व्यक्तीच्याही शांततेचा भंग होतो. त्याचबरोबर आपल्या सदसद्विवेक बुद्धीचाही ऱ्हास होतो. म्हणून क्रोधापासून नेहमी लांबच राहायला हवं.

कठोरता : हे असुरी लक्षण मृदुतेच्या विरुद्ध आहे. कठोरता ही कित्येक प्रकारची असू शकते. अन्य लोकांना भीती वाटू शकेल अशा कठोर स्वरात, बोलणं, याला वाणीची कठोरता असं म्हटलं जातं. मदोन्मत्तपणे चालणं याला शारीरिक कठोरता म्हणतात. इतरांच्या अडीअडचणींत त्यांना साहाय्य न करणे म्हणजे हृदयाची कठोरता होय... हृदयात निष्ठुरतेचे भाव असल्याने अशा मनुष्याचं तन, मन, विचार, वाणी आणि वर्तन या सर्वच बाबतींत कठोरता दिसून येते. आपल्या अशा कठोर वर्तनामुळे समोरची व्यक्ती दुखावू शकते, याचा विचारही त्याच्या मनाला स्पर्श करत नाही.

अज्ञान : शरीर, मन आणि बुद्धीला 'मी' समजणं हेच सर्वांत मोठं अज्ञान आहे. हा गैरसमजच मनुष्याला अविवेकी बनवतो. अविवेकामुळे मनुष्यात अनेक विकार निर्माण होतात. अशा लोकांना सत्य-असत्य, कर्तव्य-

अकर्तव्य इत्यादींचा बोधच राहत नाही. त्यांचं सर्व लक्ष भोग-विलास, सुखोपभोग आणि विविध वस्तूंच्या संग्रहाकडेच लागलेलं असतं. परंतु या भौतिक साधन-सुविधा आपल्याला कितपत सुख-समाधान देऊ शकतील, याचा विचारही त्यांच्या मनाला शिवत नाही.

इतकं सांगितल्यानंतर श्रीकृष्ण पुढे म्हणतात, ''हे अर्जुना, उपरोक्त सहा लक्षणं ही असुरी संपत्तीस प्राप्त झालेल्या मनुष्यामध्ये दिसून येतात. तसं पाहायला गेलं, तर दैवी संपत्ती असलेल्या मनुष्यामध्येही काही असुरी लक्षणं आढळून येतात आणि असुरी संपत्ती असलेल्या मनुष्यामध्येही काही दैवी गुण उपलब्ध असतात. मात्र ज्या व्यक्तीत दैवी गुणांचा भरणा अधिक जाणवतो, तो दैवी संपत्तीयुक्त असतो. तर ज्या व्यक्तीत असुरी गुणांचं प्रमाण अधिक आढळतं त्याला असुरी संपत्तीयुक्त असं समजायला हवं.

५

श्लोक अनुवाद : या दोन्ही प्रकारच्या संपदांपैकी दैवी संपदा ही मुक्तिदायक, तर असुरी संपदा ही बंधनकारक मानली गेली आहे. म्हणून हे अर्जुना, तू शोक करू नकोस. कारण तू तर दैवी संपदा घेऊन जन्माला आला आहेस।।५।।

गीतार्थ : येथे श्रीकृष्ण अर्जुनाला समजावताना सांगतात, 'आतापर्यंत सांगितले गेलेले दैवी संपदेचे गुण हे मनुष्याला मोहमायेतून मुक्त करतात. ज्याला या प्रापंचिक बंधनांतून मुक्त होण्याची तीव्र इच्छा असते, त्याने दैवी गुणांचा अवलंब करणं अत्यावश्यक आहे. मनाची शुद्धता असल्याशिवाय 'ईश्वराची' अनुभूती होऊ शकत नाही आणि त्या अनुभूतीशिवाय भ्रामक, दिखाऊ सत्यापासून मुक्ती मिळू शकत नाही. चित्तशुद्धीकरिता स्वतःमध्ये दैवी गुणांचा विकास होणं आवश्यक आहे. आपले दैनंदिन व्यवहार पार पाडत असतानाही स्वतःमध्ये हे गुण विकसित करणं सहज साध्य होऊ शकतं. फक्त... त्याकरिता मनःपूर्वक इच्छा असायला हवी.

अध्याय १६ : ५

असुरी संपदेचे गुण मनुष्याला प्रापंचिक बंधनात जखडून ठेवतात. जे लोक मोहग्रस्त असतात, ते भौतिक उपभोगांद्वारे मिळणाऱ्या आनंदातच रममाण होतात. असुरी प्रवृत्ती मनुष्याला भ्रम आणि दुःखाशी संलग्न करतात. म्हणूनच त्या आपल्याला आपल्या आंतरिक विकासापासून वंचित ठेवतात.

असुरी संपदेने युक्त असलेला मनुष्य हा तमोगुणी असतो, त्याच्यात रजोगुणांचंही आधिक्य असू शकतं. परंतु सत्त्वगुण मात्र अतिशय क्षीण अवस्थेत असतो. तो प्रबळ झाल्याशिवाय दैवी गुण आत्मसात केले जाऊ शकत नाहीत.

दैवी संपदा प्राप्त करण्याची इच्छा असणारा मनुष्य नेहमी आपल्यातील अवगुणांबद्दल दक्ष असतो. म्हणूनच त्याला स्वतःत असलेले दैवी गुण दिसू शकत नाहीत. अशा वेळी तो निराश होऊन स्वतःलाच दोष देऊ लागतो. त्याचं मन खेदाने भरून जातं. अशीच काहीशी निराशा अर्जुनाच्या चेहऱ्यावर पाहून श्रीकृष्ण त्याचं सांत्वन करताना म्हणतात, ''हे अर्जुना, तू व्यर्थ शोक करू नकोस. तू तर दैवी गुणांनी संपन्न आहेस. तुला घाबरण्याचं काहीही कारण नाही. तू निर्भय राहा. फक्त दैवी गुणांचा अंगीकार करण्याचं उद्दिष्ट बाळगून, सतत प्रयत्नशील राहा.''

● **मनन प्रश्न :**

१. आपल्या अंतरंगात दैवी लक्षणांचं प्राबल्य आहे, की असुरी? याविषयी आत्मावलोकन करा.

२. आपल्या अंतरंगात असलेल्या असुरी लक्षणांमुळे आपण आजवर स्वतःचं किती नुकसान केलं आहे? यावर मनन करा.

३. आपण कोणत्या संपदेने संपन्न होऊ इच्छिता? दैवी की असुरी आणि का?

भाग ३
असुरी स्वभावाचं वर्णन
|| ६-१८ ||

अध्याय १६

द्वौ भूतसर्गौ लोकऽस्मिन्दैव आसुर एव च। दैवो विस्तरशः प्रोक्त आसुरं पार्थ में श्रृणु।।६ ।।

प्रवृत्तिं च निवृत्तिं च जना न विदुरासुराः। न शौचं नापि चाचारो न सत्यं तेषु विद्यते।।७ ।।

असत्यमप्रतिष्ठं ते जगदाहुरनीश्वरम्। अपरस्परसम्भूतं किमन्यत्कामहैतुकम् ।।८ ।।

एतां दृष्टिमवष्टभ्य नष्टात्मानोऽल्पबुद्धयः। प्रभवन्त्युग्रकर्माणः क्षयाय जगतोऽहिताः ।।९ ।।

काममाश्रित्य दुष्पूरं दम्भमानमदान्विताः। मोहाद्गृहीत्वासद्ग्राहान्प्रवर्तन्तेऽशुचिव्रताः ।।१० ।।

चिन्तामपरिमेयां च प्रलयान्तामुपाश्रिताः। कामोपभोगपरमा एतावदिति निश्चिताः।।११ ।।

आशापाशशतैर्बद्धाः कामक्रोधपरायणाः। ईहन्ते कामभोगार्थमन्यायेनार्थसञ्चयान् ।।१२ ।।

इदमद्य मया लब्धमिमं प्राप्स्ये मनोरथम्। इदमस्तीदमपि मे भविष्यति पुनर्धनम् ।।१३।।

असौ मया हतः शत्रुर्हनिष्ये चापरानपि। ईश्वरोऽहमहं भोगी सिद्धोऽहं बलवान्सुखी ।।१४ ।।

आढयोऽभिजनवानस्मि कोऽन्योऽस्ति सदृशो मया। यक्ष्ये दास्यामि मोदिष्य इत्यज्ञानविमोहिताः ।।१५ ।।

अनेकचित्तविभ्रान्ता मोहजालसमावृताः। प्रसक्ताः कामभोगेषु पतन्ति नरकेऽशुचौ।।१६।।

आत्मसम्भाविताः स्तब्धा धनमानमदान्विताः। यजन्ते नामयज्ञैस्ते दम्भेनाविधिपूर्वकम्।।१७ ।।

अहङ्कारं बलं दर्पं कामं क्रोधं च संश्रिताः। मामात्मपरदेहेषु प्रद्विषन्तोऽभ्यसूयकाः ।।१८ ।।

६

श्लोक अनुवाद : हे अर्जुना, इहलोकीची भूतसृष्टी म्हणजे येथील मनुष्यसमुदाय दोन प्रकारचा आहे. पहिला दैवी प्रकृतीचा आणि दुसरा असुरी प्रकृतीचा. त्यापैकी दैवी प्रकृतीबाबत विस्ताराने विवेचन केलं आहे. आता तू असुरी प्रकृतीच्या मनुष्यसमुदायाबद्दलही माझ्याकडून सविस्तर ऐक।।६।।

गीतार्थ : मनुष्यातील असुरी गुणांचं सविस्तर वर्णन करण्याच्या दृष्टीने भगवान श्रीकृष्ण म्हणतात, 'या भूलोकी दोन प्रकारचा मनुष्य समुदाय आहे – दैवी समुदाय आणि असुरी समुदाय. मानवप्राणी हा पुरुष आणि प्रकृतीचा अंश आहे. येथे 'पुरुष' याचा अर्थ 'नर' असा नसून त्याचा संदर्भ त्या परमचैतन्याशी निगडित आहे. 'पुरुषोत्तम', 'पुरुषार्थ' हे सारे शब्द केवळ त्या उच्चचेतनेविषयीच वापरले गेले आहेत आणि 'प्रकृती'चा अर्थ आहे त्या परमचैतन्याची शक्ती. या अर्थाने आपण म्हणू शकतो, की मनुष्य परमेश्वर आणि त्याच्या शक्तीचा अंश आहे. ईश्वराचा अंश हा चेतन (सूक्ष्म) आणि शक्तीचा अंश हा जड (स्थूल) आहे. सचेतन अंश जेव्हा स्थूल अंशाकडे झुकू लागतो, तेव्हा त्याच्यात असुरी संपदेची निर्मिती होऊ लागते आणि जेव्हा तो स्थूल प्रकृतीपासून विलग होऊन परमात्म्याच्या दिशेने झुकू लागतो, तेव्हा त्याच्यात दैवी गुणांची निर्मिती होऊ लागते.

प्रत्येक मनुष्यात परमात्म्याचा अंश असल्यामुळे कोणताही मनुष्य सद्गुणांपासून पूर्णपणे अलिप्त होऊ शकत नाही आणि शरीराशी आसक्ती जडलेली असल्याने कोणीही पूर्णपणे दुर्गुणरहितही असू शकत नाही. दुर्गुण कितीही फोफावले तरी सद्गुणांचं बीज कधीही नष्ट होत नाही. कारण सद्गुण ही मानवाची मूळ प्रवृत्ती आहे, दुर्गुणांची निर्मिती तर नंतर मनाच्या अशुद्धतेमुळे होते. मानवी स्वभाव हा त्याच्या मनातील सद्गुण अथवा दुर्गुणांच्या आधिक्यावर अवलंबून असतो. जेव्हा सद्गुण अधिक असतात तेव्हा तो सदाचारी असतो आणि जेव्हा मनात दुर्गुणांचं प्राधान्य असतं, तेव्हा त्याच्याकडून दुराचार घडतात.

भगवान श्रीकृष्ण पुढे म्हणतात, "हे पार्था, आतापर्यंत असुरी मनुष्याच्या दुर्गुणांविषयी फारसं काही सांगितलं गेलेलं नाही, त्यामुळे आता मी त्याविषयी

अध्याय १६ : ७

तुला सांगतो. असुरी संपदेच्या गुणांविषयी ऐकल्यानंतर कोणते गुण त्याज्य आहेत, हे तुला समजू शकेल. म्हणूनच सद्गुणांबरोबरच दुर्गुणांना समजून घेणंही महत्त्वाचं आहे. मनुष्य कित्येकदा दुर्गुणांनाच सद्गुण समजण्याची चूक करून बसतो. जसं– काही लोक खूपच धूर्त असतात. अत्यंत चलाखीने ते आपला कार्यभाग साधतात. कधी गोड बोलून, कधी धाकदपटशाने, तर कधी हुजरेगिरी करून का होईना, ते आपलं ईप्सित साध्य करून घेतातच. अशा वेळी इतरांना वाटतं, 'अरे व्वा! किती सद्गुणांचा पुतळा, किती कुशलता आहे याच्यात! आम्हाला तर हे कधीही जमलं नसतं.' आता बघा, हा असुरी गुण असूनदेखील मनुष्य त्यात कोणतीही उणीव शोधू शकत नाही.

७

श्लोक अनुवाद : हे अर्जुना! असुरी स्वभावाचे लोक प्रवृत्ती आणि निवृत्ती दोन्हीही जाणत नाहीत, त्यामुळे त्यांच्या ठिकाणी अंतर्बाह्य शुद्धी तसंच उत्तम आचरण आणि सत्य भाषणही नसतं॥ ७ ॥

गीतार्थ : असुरी स्वभावाच्या लोकांना प्रवृत्ती आणि निवृत्ती म्हणजे कोणतं कर्म करायचं आणि कोणत्या कर्मांपासून निवृत्त व्हायचं, याची जाणीव नसते. या कर्मांनाच अनुक्रमे कर्तव्यकर्म आणि निषिद्ध कर्म असंदेखील म्हटलं जातं. उदाहरणार्थ– आपल्या शरीरस्वास्थ्यासाठी पौष्टिक आहार घेणं, तसंच नियमित व्यायाम करणं, हे माणसाचं कर्तव्यकर्म आहे; तर जिभेचे चोचले पुरवण्यासाठी तळलेले, मसालेदार पदार्थ खाणं, व्यसनाधीन होणं हे निषिद्ध कर्म होय.

असुरी स्वभावाच्या लोकांमध्ये विवेकाचा अभाव असल्याने योग्य-अयोग्य पारखून घेण्याची क्षमताही त्यांच्यात नसते. कोणतं कर्म कर्तव्यकर्म आहे आणि कोणतं निषिद्ध कर्म आहे, हे त्यांच्या लक्षातच येत नाही. मात्र, याचं यथायोग्य ज्ञान असणं खूपच आवश्यक आहे.

अध्याय १६ : ७

महत्त्वाचा मुद्दा असादेखील आहे, की कोणतं कर्म करण्यायोग्य आहे, हे मनुष्याच्या लक्षात जरी आलं, तरी ते लगेच आचरणात आणण्याची शक्तीदेखील असायला हवी. तसंच ज्याला तो निषिद्ध कर्म समजतो, ते टाळण्याची प्रेरणादेखील व्हायला हवी. एखाद्या गोष्टीचं ज्ञान प्राप्त होणं वेगळं आणि ते आचरणात आणणं वेगळं. उदाहरणार्थ- ध्यान, प्रार्थना, मनन, वाचन, श्रवण इत्यादींमुळे आपली मानसिक शुद्धता होते, हे आपल्याला माहीत असतं. परंतु जरी माहीत असलं तरी आपण ते काटेकोरपणे आचरणात आणू शकत नाही. अशा वेळी 'थोडं का असेना; पण आजच' या मूलमंत्राचा अवलंब करायला हवा. या तत्त्वानुसार कार्यारंभ करून, हळूहळू त्याचा अवधी वाढवत नेल्याने असुरी गुणांचा निचरा होऊ लागतो.

असुरी प्रवृत्तीच्या लोकांना कायिक, वाचिक व मानसिक शुद्धतेचंही भान राहत नाही, त्यामुळे शरीर, वाणी व मनाच्या शुद्धतेसाठी ते कोणतेही प्रयत्न करत नाहीत. याविषयीचं वर्णन आधीच्या श्लोकांत आलेलं आहे.

या लोकांना शुद्ध आणि अशुद्ध आचरणाशी काहीही घेणं-देणं नसतं. शिवाय शुद्ध-अशुद्ध आचरणाचं ज्ञान असलं तरी त्यानुसार वर्तन करण्याची वृत्तीही त्यांच्यात नसते. आचरणात आणलेलं ज्ञानच खरं ज्ञान होय, अन्यथा सर्वकाही अज्ञानच आहे. असुरी वृत्तीचे लोक सत्यापासून दूरच राहतात, त्यांची सर्व धडपड केवळ त्यांचा स्वार्थ साधण्यापुरतीच मर्यादित असते, त्यासाठी ते खोटं बोलायलाही मागे-पुढे पाहत नाहीत.

जसं- वर्गातल्या सर्व विद्यार्थ्यांनी उत्तीर्ण व्हावं, ही एका वर्गशिक्षकाची जबाबदारी असते. त्यामुळे आपल्या वर्गाचा निकाल शंभर टक्के लागावा, असं त्या शिक्षकाला वाटत असतं. यासाठी तो मुलांना परीक्षेत कॉपी करण्याचीही सवलत देतो. खरंतर त्याला माहीत असतं, की कॉपी करून पास झाल्याने मुलांचं भवितव्य धोक्यात येऊ शकतं. परंतु तरीही आपल्या स्वार्थापोटी तो निषिद्ध कर्म त्यागू शकत नाही.

अध्याय १६ : ८

८

श्लोक अनुवाद : ते असुरी स्वभावाचे लोक म्हणत असतात, 'हे जग आश्रयरहित, सर्वथा असत्य आणि ईश्वराशिवाय, केवळ स्त्री-पुरुषांच्या संयोगातून आपोआप निर्माण झालंय. म्हणूनच केवळ काम हेच त्याचं कारण आहे, त्याशिवाय आणखी काय असू शकणार?॥८॥

गीतार्थ : या श्लोकात भगवान श्रीकृष्ण असुरी वृत्तीच्या लोकांच्या विचारधारेबद्दल सांगत आहेत, 'असुरी प्रवृत्तीचे लोक हे जग असत्यावरच आधारलेलं आहे, असंच मानतात.' सत्याचा दर्जा कितीही श्रेष्ठ समजला जात असला, तरी दैनंदिन लोकव्यवहारात असत्याचाच आधार घेतला जातो. डॉक्टर, इंजिनिअर, वकील, व्यापारी बिनधास्तपणे खोटं बोलतात. सत्याचीच कास धरून बसलो, तर जादा कमाई होऊच शकणार नाही. वेळप्रसंगी असत्याचा आधार घेतल्याशिवाय जगणं कठीण बनेल, अशीच या लोकांची पक्की धारणा झालेली असते.

जसा, एखादा स्थिर पडदा असल्याशिवाय कोणत्याही चित्रपटाचं प्रक्षेपण होऊ शकत नाही; नदीच्या स्थिर पात्राशिवाय प्रवाह सातत्याने वाहू शकत नाही, त्याचप्रमाणे कोणता तरी आधार असल्याशिवाय हे परिवर्तनशील दृश्यजगत चिरस्थायी राहू शकत नाही. परंतु असुरी प्रवृत्तीचे लोक मात्र या दृश्यजगतालाच संपूर्ण जग मानत असतात. प्रत्यक्षात हे दृश्यजगत कोणत्यातरी अदृश्य स्थिरशक्तीने तोलून धरलेलं आहे, ही गोष्ट ते मान्यच करत नाहीत.

या सृष्टीचा कोणताही आधार, निर्माता किंवा नियंत्रक नाही. ना कोणी सृष्टी रचियता आहे, ना कोणी पालनकर्ता, असंच असुरी प्रवृत्तीचे लोक मानतात. त्यांच्या मते प्रत्येक घटना ही योगायोगानेच घडत असते, त्यासाठी कोणतेही निसर्गनियम लागू नसतात. या जगाचा सारा व्यवहार हा

अध्याय १६ : ९

आपोआप, स्वचलित, स्वघटित सुरू आहे. सकल प्राणिमात्रांच्या उत्पत्तीचं कामवासना हेच एकमेव कारण आहे. संपूर्ण सृष्टीचा प्रवाह हा कामप्रेरित आहे, त्याशिवाय अन्य कोणतंही कारण असूच शकत नाही, असंच असुरी वृत्तीचे लोक समजतात.

असुरी प्रवृत्तीचे लोक प्रत्यक्ष दिसतं तेच प्रमाण मानतात. प्रत्यक्षात संपूर्ण जीवसृष्टी ही नर व मादीच्या संयोगातूनच निर्माण झालेली असते, त्यामुळेच त्यांनी असा निष्कर्ष काढलेला असतो, की केवळ काम हेच या सृष्टीच्या उत्पत्तीचं खरं कारण आहे.

९

श्लोक अनुवाद : अशा प्रकारे या मिथ्या ज्ञानाचा अवलंब करून ज्यांचा स्वभाव नष्ट झाला आहे, तसंच ज्यांची बुद्धी मंद आहे, असे सर्वांवर अपकार करणारे क्रूरकर्मी मानव केवळ जगताच्या विध्वंसासाठीच कारणीभूत ठरतात.।।९।।

गीतार्थ : असुरी प्रवृत्तीच्या लोकांची लक्षणं सांगताना भगवान श्रीकृष्ण पुढे म्हणतात, "असुरी प्रवृत्तीचे लोक अज्ञानातच जगत असतात आणि त्यांना आपल्या अज्ञानाविषयी जरासंही ज्ञान नसतं. म्हणजेच त्यांना चांगलं-वाईट, कर्तव्यकर्म- निषिद्ध कर्म, सदाचार-दुराचार, उच्चचेतना-निम्नचेतना इत्यादी कशाचंही भान नसतं. त्यांचा स्वभाव आपल्या मूळ स्वरूपापासून विलग होऊन देहस्वरूपाशी जडलेला असतो. अशा लोकांना आपल्या शरीराविषयी अतिशय आसक्ती असून, त्याला केंद्रीभूत मानूनच त्यांचा दैनंदिन व्यवहार पार पडत असतो. देहाशी निगडित जगालाच ते सर्वस्व मानत असतात. यापलीकडेही काही असू शकतं, हे त्यांच्या ध्यानीमनीही नसतं. या देहाचा चालक-मालक कोण, सृष्टीतील सर्व सजीव गोष्टींच्या मागे कोणती ऊर्जा कार्यरत आहे, असे प्रश्न त्यांना पडत नाहीत.

अध्याय १६ : ९

असुरी प्रवृत्तीचे लोक अल्पबुद्धीचे असतात. याचा अर्थ असा नव्हे, की दैनंदिन कार्यात त्यांची बुद्धी चालत नाही. आपल्या उद्योग-व्यवसायाची भरभराट करण्यात ते तरबेज असतात, त्यातून पैसे कमावण्यासाठी त्यांची बुद्धी खूप चालते; पण सदसद्विवेकाबाबत मात्र ते खूप मागे असतात. स्वतःला शरीर मानूनच जगत असल्यामुळे त्यांची दृष्टी अत्यंत संकुचित झालेली असते. प्रत्येक घटनेकडे ते आपल्या वैयक्तिक दृष्टिकोनातूनच पाहतात. उदाहरणार्थ- एखादा मनुष्य आपल्या कुटुंबीयांच्या पालनपोषणात कोणतीही उणीव, कसर ठेवत नाही; पण त्यांच्याशी कधीही सरळ बोलत नाही. त्याच्या या सवयीमुळे नातेवाइकही दुःखी असतात. पण त्या मनुष्याच्या हे लक्षातच येत नाही, की आपण यांना इतकं सकस अन्न, उत्तमोत्तम कपडे, साऱ्या सुख-सुविधा पुरवतो, तरीही हे लोक आनंदी का राहत नाहीत? कारण हा मनुष्य केवळ भौतिक सुखालाच सुख समजत असतो आणि शारीरिक गरजांपलीकडे असलेल्या मानसिक गरजांविषयी तो कधी विचारही करू शकत नाही.

असुरी प्रवृत्तीचे लोक नेहमी अशाच कामात गुंतलेले असतात, ज्याने जगाचं नुकसानच व्हावं. जणूकाही जगबुडी करण्यासाठीच ते जिवंत आहेत. दुसऱ्यांचं अहित करण्यातच त्यांना सुख मिळत असतं. आपल्याकडील धन, पद, अधिकार यांचा उपयोग ते इतरांना त्रास देण्यासाठीच करतात. इतरांची प्रगती पाहून त्यांच्यात असूया निर्माण होते. दुर्बलांना त्रास देऊन, त्यांचा हक्क हिरावून घेतल्यानंतरच ते प्रसन्न होतात. हाणामारी, घातपात, हत्या इत्यादी करायलाही ते मागे-पुढे पाहत नाहीत. जणू काही सर्वांचं अमंगल करणं, हेच त्यांच्या जीवनाचं उद्दिष्ट असावं. परंतु या सर्वांमध्येच आपणही येतो, याची त्यांना जाणीवच नसते. सर्वांच्या कल्याणात आपलंही कल्याण सामावलेलं आहे, हे त्यांना कळतच नाही.

म्हणूनच, आपल्यातही कोणकोणते असुरी गुण दडलेले आहेत, याची प्रत्येकाने आत्मपरीक्षण करून पडताळणी करायला हवी. आपल्यातील

अध्याय १६ : १०

असुरी गुण ओळखून त्यांना दूर करण्याचा प्रयत्न करायला हवा.

१०

श्लोक अनुवाद : आणि– ते दंभ, मान आणि मद यांनी युक्त असलेले मनुष्य कोणत्याही प्रकारे पूर्ण न होणाऱ्या कामनांचा आश्रय घेऊन, अज्ञानाने मिथ्या सिद्धान्त स्वीकारून आणि भ्रष्ट आचरण करीत या जगात वावरत असतात।।१०।।

गीतार्थ : सर्व कार्यांचं श्रेय स्वतःकडे घेऊन, अभिमानात गढून गेलेला मनुष्य कधीही पूर्ण न होणाऱ्या इच्छांना वश होऊन, अज्ञानाने चुकीच्या नियमांचा अवलंब करून या जगात दुराचार करतच वावरतो. एका उदाहरणाद्वारे या साऱ्या लक्षणांविषयी समजून घेऊया.

एक शिंपी रस्त्याच्या कडेला शिवणयंत्र ठेवून त्याद्वारे लोकांचे कपडे आल्टर करण्याचं काम करत असे. हळूहळू त्याचा जम बसू लागला आणि त्याच्याकडे नवीन कपडेही शिवायला येऊ लागले. आता आपण रस्त्याच्याकडेला बसण्याऐवजी स्वतःचं एक दुकान टाकावं, असा विचार त्याच्या मनात येऊ लागला. त्याप्रमाणे थोडी थोडी बचत करून त्याने एक छोटंसं दुकानही सुरू केलं; परंतु त्याची स्वप्नं मात्र गगनभरारी घेत होती. एके दिवशी एका मोठ्या शॉपिंग मॉलच्या मालकाने त्याला त्यांच्या गारमेंट विभागाचा मॅनेजर होण्याची ऑफर दिली. त्या शिंप्याने मोठ्या आनंदाने ती जबाबदारी स्वीकारली. तेथे तो त्या व्यवसायातील अनेक बारकावे शिकला आणि एके दिवशी त्याने स्वतःचंच शोरूम सुरू केलं. अशा प्रकारे तो आता एक मोठा व्यावसायिक बनला. आपण कमावलेल्या यशाचा त्याला आता गर्व वाटू लागला. आपला नावलौकिक, धनसंपत्ती, यशप्रतिष्ठा अबाधित ठेवण्यासाठी तो आता हीन मार्गही शोधू लागला. त्याचबरोबर मुबलक धनसंपत्तीमुळे तो कित्येक व्यसनांच्याही आहारी गेला.

अध्याय १६ : ११-१२

कालांतराने त्याने आंतरराष्ट्रीय स्तरावर तयार कपड्यांची निर्यात करण्याचा निश्चय केला. त्यासाठी त्याला अनेक गैरमार्गांचा अवलंब करावा लागला, लाचलुचपतीसारखे प्रकार करावे लागले... तो आता शिवणकाम करणाऱ्या कारागिरांना कमी मेहनताना देऊन त्यांचं शोषण करू लागला... मालाचा दर्जा घसरवून ग्राहकांची लूट करू लागला... आपल्या व्यावसायिक प्रतिस्पर्ध्यांशी बेइमानी करू लागला... आपला कार्यभाग साधण्यासाठी तो काही गुंडांनाही पोसू लागला... आणखीही न जाणो कितीतरी उद्योग त्याने सुरू केले.

यालाच म्हणतात, कधीही अंत न होणाऱ्या इच्छांच्या अधीन होऊन दुराचार करत या जगात वावरणं. याचा अर्थ आपला विकास करू नये, अथवा स्वतःची प्रगती करणं चुकीचं आहे, असा होत नाही. तर, स्व-विकास साधत असताना आपण असुरी इच्छांचे गुलाम झालो आहोत, की आपण आपल्या मनात दैवी इच्छा बाळगत आहोत? हे आपल्या लक्षात यायला हवं. लोभ, लालसेने निर्माण झालेल्या इच्छा, हव्यास कधीही समाधान वा आनंद देऊ शकत नाही. कारण त्याचा अंत कधीच होत नाही. ज्यांना हे रहस्य समजतं, तेच असुरी इच्छांचा त्याग करू शकतात.

११-१२

श्लोक अनुवाद : तसंच ते मरेपर्यंत चिरस्थायी राहणाऱ्या असंख्य चिंतांचं ओझं घेऊन विषयभोग भोगण्यात तत्पर असलेले, हाच काय तो आनंद आहे असं मानणारे असतात.॥११॥

म्हणूनच, आशेच्या शेकडो पाशांनी बांधले गेलेले मनुष्य काम-क्रोधाच्या अधीन होऊन विषयभोगांसाठी अन्यायपूर्वक धन-संपत्तीसारख्या पदार्थांचा संग्रह करण्याचा प्रयत्न करीत असतात.॥१२॥

गीतार्थ : असुरी प्रवृत्तीचे लोक असंख्य चिंतांमध्ये गुरफटलेले असतात.

अध्याय १६ : ११-१२

चिंता करत राहण्यासाठी त्यांना कोणतंही कारण लागत नाही. सद्यःस्थितीत सर्व काही सुरळीत सुरू असलं, तरी ते भविष्याची चिंता करत राहतात. चिंता करण्याची त्यांच्यातील ही वृत्ती शरीराचा अंत होईपर्यंत कायम असते. जसं, एखादं लहान मूल आपल्या आई-वडिलांच्या सहवासात कसं अगदी निश्चिंत असतं! कारण त्याला माहीत असतं, की आपल्या सर्व गरजा पालक पूर्ण करणार आहेत. त्याचप्रमाणे शिष्यही आपल्या गुरूंच्या भरवशावर निश्चिंत असतो. कारण कोणतीही समस्या असो; गुरू आपले तारणहार आहेत, ते प्रत्येक समस्येतून आपल्याला तारणारच आहेत, संकटांना सामोरं जाण्यासाठी सदसद्विवेकबुद्धी आणि पुरेसं बळ देणारच आहेत, हे त्यांना ठाऊक असतं. परंतु असुरी वृत्तीचे लोक मात्र कधीच निश्चिंत राहू शकत नाहीत. कारण ईश्वर, धर्म, नीती, संत इत्यादींपैकी कशावरच ते खरी श्रद्धा ठेवू शकत नाहीत. असे लोक बाह्यदृष्ट्या कितीही सुख-संपन्न दिसत असले तरी मनातून मात्र असंख्य चिंतांनी ग्रासलेले असतात.

असुरी प्रवृत्तीच्या लोकांच्या चिंता जीवनाच्या अंतापर्यंत कायम असतात. मनुष्याला दोन प्रकारच्या चिंता सतावत असतात; एक प्रापंचिक, दुसरी आध्यात्मिक. प्रापंचिक चिंतांनी ग्रस्त असलेला मनुष्य आपला वृद्धापकाळ कसा जाईल... मुलं रांगेला लागतील का, त्यांना चांगला नोकरी-व्यवसाय मिळू शकेल की नाही... मुलं आपल्याला विचारतील की नाही... वडिलांच्या संपत्तीतून आपल्याला किती हिस्सा मिळेल... वृद्धत्वातील व्याधींवर आपण उपचार करू शकू की नाही... आर्थिक चणचणीमुळे कौटुंबिक गरजांची पूर्तता कशी करता येऊ शकेल... अशाच गोष्टींची चिंता तो सतत करत राहतो.

तसंच आध्यात्मिक मार्गावरील लोकांनाही सतत याच चिंता सतावत असतात, आपल्याला भक्तिभावात तल्लीन का होता येत नाही... ध्यानात जितकी एकाग्रता साधायला हवी, तितकी का साधली जात नाही... आपल्यातील आसक्ती का सुटत नाही... आपल्याला आत्मसाक्षात्कार कसा

अध्याय १६ : ११-१२

होऊ शकेल... अशा प्रकारे व्यर्थ चिंता करत बसणं हे असुरी लक्षण आहे; मग त्या चिंता प्रापंचिक असोत किंवा आध्यात्मिक!

असुरी प्रवृत्तीच्या लोकांना वाटतं, की आपण चिंता करत राहतो, इच्छा बाळगतो, म्हणून प्रत्येक गोष्ट प्राप्त होते. जर इच्छाच व्यक्त केली नाही, तर काहीच मिळू शकणार नाही. अशा लोकांना प्रापंचिक उपभोगांपुढे इतर कशाचंही महत्त्व वाटत नसतं. शिवाय आपल्याला इंद्रियसुख प्रदान करू शकेल, अशा प्रत्येक गोष्टीचा भरपूर संग्रह करून ठेवावा, मग त्यासाठी एखाद्या अनैतिक मार्गाचा अवलंब करावा लागला तरी बेहत्तर, असंच वाटतं. या जगात सुख मिळवायचं असेल, तर त्यासाठी धन-संपत्तीला कोणताही पर्याय नाही, असाच विचार ते नेहमी करतात. सुखोपभोग घेणं आणि संचय करणं हेच त्यांच्या आयुष्याचं एकमेव लक्ष्य असतं. म्हणूनच असे लोक जमीन-जुमला, संपत्ती-मालमत्ता, घर-बंगला, उद्योग-व्यवसाय वाढविण्याच्या नादात सदैव मग्न असतात.

त्यांच्या मते पृथ्वीवरील जीवनापलीकडे इतर काही अस्तित्वातच नसतं. प्रापंचिक सुखांहूनही अधिक असा कोणतातरी परमोच्च आनंद असू शकेल, यावर त्यांचा विश्वासच नसतो. त्यांच्या मते मृत्यूनंतरचं जीवन म्हणजे केवळ एक भाकडकथा आहे. मृत्यूनंतर आपलं काय होतं, हे कोणी पाहिलंय? म्हणून हे शरीर असतानाच शक्य तितका सुखोपभोग घ्यायला हवा, हाच विचार ते करतात.

अशा प्रकारे असुरी स्वभावाचे लोक असंख्य आकांक्षांच्या जाळ्यात फसलेले असतात. आशा बाळगणं ही काही वाईट सवय नाही, उलट ती एक सकारात्मक वृत्ती आहे. खरंतर हा दैवी संपत्तीचाच एक गुण आहे. परंतु, आपल्या आशा-आकांक्षांशी आसक्त होणं, हे मात्र वेदनादायी आहे. कारण एका आशेची पूर्तता होताच, लगेच दुसऱ्या आशेचा उगम होतो आणि पूर्तता झाली नाही, तर मनुष्य निराश होतो. इतरांकरिता हितकारक आशा बाळगणं

एकवेळ ठीक आहे; परंतु मनुष्य मात्र वैयक्तिक स्वार्थपूर्ततेच्या आशेतच सदैव गुंतलेला असतो. कित्येकदा तर तो इतरांच्या अहिताचीही आशा बाळगत असतो. उदाहरणार्थ- शेजाऱ्याची पदोन्नती होऊ नये... शेजाऱ्याने माझ्याआधी त्याचा बंगला बांधू नये... समोरच्याचा व्यवसाय जोरात चालू नये वगैरे वगैरे... ही सारी असुरी वृत्तीची लक्षणं आहेत.

असुरी वृत्तीचे लोक काम व क्रोधपरायण असतात. म्हणजेच ते नेहमी त्याभोवतीच घुटमळत असतात. काम हे जर इच्छास्वरूप मानलं गेलं, तर इच्छेच्या पूर्ततेनंतर लोभ निर्माण होतो आणि इच्छा जर पूर्ण झाली नाही, तर क्रोध जागृत होतो. अविवेकी मनुष्य हा काम, क्रोध आणि लोभ या तीन वृत्तींच्या अधीन असतो. मात्र त्यांचा त्याग केल्यानेच मनुष्याची दैवी गुणांकडे वाटचाल होऊ शकते.

१३

श्लोक अनुवाद : ते विचार करतात, की मी आज हे मिळवलं आहे आणि आता हे-हे मनोरथ पूर्ण करीन. माझ्याकडे इतकं धन आहे आणि त्यानंतरसुद्धा हे मला मिळेल।।१३।।

गीतार्थ : असुरी स्वभावाच्या मनुष्याचा भौतिक वस्तूंबद्दलचा दृष्टिकोन कसा असतो, हे भगवान श्रीकृष्ण या श्लोकात सांगत आहेत. सर्वसामान्य लोक बहुधा असाच विचार करतात, 'आतापर्यंतच्या आयुष्यात मी अमुक इतक्या गोष्टी मिळवल्या आहेत आणि आता भविष्यात आणखी या गोष्टी प्राप्त करायच्या आहेत, हेच माझं ध्येय आहे.' अशा प्रकारे मनुष्याला कितीही धनप्राप्ती झाली तरी तो असंतुष्टच असतो. उलट अधिकाधिक धन प्राप्त करण्याची त्याची इच्छा बळावतच जाते. तो सतत हिशेब करत राहतो, की 'आता माझ्याकडे इतका धनसंचय आहे. घराच्या भाड्यातून इतकं मिळणार आहे. व्यापारात केलेल्या चलाखीमुळे इतकं मिळणार आहे. शेअर

बाजारातून इतकं मिळेल. शिवाय दिवाळीचा बोनसही मिळणार आहे... वगैरे.' चालता-फिरताना, झोपेत-जागेपणी, अगदी जेवत असतानाही त्याच्या डोक्यात सतत हा एकच विचार सुरू असतो, कोणत्याही का मार्गाने होईना; पण आपली धनवृद्धी व्हायलाच हवी.

शरीराला विरंगुळा मिळावा, आरामदायी वाटावं यासाठी अशा प्रकारचे लोक विविध प्रकारची महागडी औषधं, वातानुकूलित घर, वाहनं, महागडे वस्त्रालंकार जमवण्यातच व्यग्र असतात. आपल्या इच्छांची पूर्तता करण्यासाठी ते कित्येकदा कोणतीही तमा न बाळगता इतरांचं नुकसानही करतात. कोणतीही दया-माया न दाखवता इतरांना लुटून स्वतःची संपत्ती वाढवत राहण्यात त्यांना काहीही गैर वाटत नाही.

दैवी संपत्तीची जोपासना करणाऱ्या लोकांच्या मनातसुद्धा, इतकं भांडवल गुंतवलं गेलं आहे, त्यापैकी इतकी रक्कम वसूल होणं अद्याप बाकी आहे, इतका कर्जाचा हप्ता जाईल, इतका कर भरावा लागेल... अशा प्रकारचे आपल्या उद्योग-व्यवसायासंबंधीचे विचार येतच असतात. परंतु या दोन्ही प्रकारच्या लोकांमध्ये खूप मोठा फरक आहे. दैवी गुण असलेले लोक धनाचा विचार तर करतात; परंतु ते त्याच्या आहारी जात नाहीत. केवळ स्वतःला जाणणं, हेच त्यांचं मुख्य उद्दिष्ट असतं. याउलट अमर्याद धन कमावून त्याचा पुरेपूर उपभोग घेणं, हेच असुरी वृत्तीच्या लोकांचं मुख्य उद्दिष्ट असतं, त्यात ते पूर्णपणे गढून गेलेले असतात. म्हणून या दोन्ही प्रकारच्या लोकांच्या मूळ उद्दिष्टामध्ये प्रचंड भिन्नता दिसून येते.

राम आणि रावण यांच्या जीवनचरित्रांकडे पाहिल्यास हा फरक स्पष्टपणे लक्षात येऊ शकतो. दोघेही वीर, पराक्रमी राजे होते; परंतु एकाने आपली सारी शक्ती लोककल्याणार्थ, सद्रक्षणासाठी वापरली; तर दुसऱ्याने आपला अहंकार कुरवाळण्यात व्यर्थ वाया घालवली. रामाने जंगलात, गुरुकुलात राहूनही वसिष्ठ ऋषींकडून आत्मज्ञान प्राप्त केलं; तर रावणाने उग्र

तपश्चर्या करून अनेक सिद्धी प्राप्त केल्या. एकास मर्यादापुरुषोत्तम म्हटलं गेलं, तर दुसऱ्यास मूर्तिमंत गर्वाचा पुतळा!

म्हणूनच आपण कशाची निवड करायची, यावर आता मनन करायला हवं. प्रापंचिक जीवन जगत असतानाही आपलं लक्ष सदैव तेजज्ञानावर कसं राहील, हेच आपलं लक्ष्य असायला हवं.

१४-१५

श्लोक अनुवाद : तो शत्रू माझ्याकडून मारला गेला आणि त्या दुसऱ्या शत्रूंनाही मी मारून टाकीन. मी ईश्वर आहे, ऐश्वर्याचा उपभोग घेणारा आहे. मी सर्व सिद्धींनी युक्त आहे. तसंच मी बलवान आणि सुखीही आहे।।१४।।

तसंच, मी मोठा धनिक आणि उच्च कुळात जन्मलो आहे. मग माझ्यासारखा इतर कोण असू शकेल? मी यज्ञ करीन, दान करीन आणि मजेत राहीन।।१५।।

गीतार्थ : असुरी संपदेने युक्त असलेला मनुष्य गर्वाभिमानात मग्न होऊन म्हणतो, 'माझा एक शत्रू आहे आणि तो कायम माझ्याशी वैर धरतो, त्याला तर मी चांगलीच अद्दल घडवली आहे. आता तो माझ्या मार्गात कधीही बाधा बनणार नाही. इतर शत्रूंनाही मी असाच धडा शिकवणार आहे. जो कोणी माझ्या विरोधात उभा राहील, त्याचीही हीच स्थिती होईल.' अशा लोकांची अधिकार गाजवण्याची आणि आपला दबदबा निर्माण करण्याची वृत्ती वाढतच जाते. ते इतरांच्या अधिकाराखाली कधीही राहू शकत नाहीत.

असुरी गुणांच्या मनुष्याला आपली धन-संपत्ती, बल-बुद्धी, पद-प्रतिष्ठा इत्यादींबद्दल खूप अभिमान असतो. तो नेहमी असाच विचार करत असतो, की 'मी सर्वकाही करण्यासाठी समर्थ आहे. माझ्याशी कोणाची तुलना होऊच शकत नाही. मी बलवानांहून बलवान आहे. मीच माझा परमेश्वर आहे.' अशा लोकांना कोणाचा सल्ला घेणंही आवडत नाही.

'माझ्याइतक्या योग्यतेचा कोणीही नाही, मीच इतरेजनांचा मार्गदर्शक आहे, मी स्वयंसिद्ध आहे,' असंच त्यांना वाटतं.

दैत्यकुळातील राजा हिरण्यकशिपूला असाच काहीसा अभिमान झालेला होता. आपली संपत्ती, शक्ती आणि ब्रह्मदेवांकडून मिळालेल्या अमरत्वाच्या वरदानामुळे, तो लोकांवर अन्याय-अत्याचार करू लागला होता. तो सर्वांना सांगत असे, 'मीच ईश्वर आहे, त्यामुळे माझीच पूजा करा.' मात्र, विष्णुभक्त असलेल्या त्याच्या पुत्राने जेव्हा त्याचा हा आदेश नाकारला, तेव्हा हिरण्यकशिपूने क्रोधाच्या आहारी जाऊन त्याला ठार करण्याची योजना आखली. परंतु परमेश्वरासाठी अशक्य असं काहीही नाही. अमरत्वाचं वरदान प्राप्त झालेलं असलं, तरीही हिरण्यकशिपू हा श्रीविष्णूच्या नृसिंह अवताराकडून अखेर मारलाच गेला. जेव्हा जेव्हा अहंकार स्वतःला सर्वश्रेष्ठ समजू लागतो, तेव्हा तेव्हा डाव असाच काहीसा उलटत असतो.

असुरी शक्ती असलेले लोक छातीठोकपणे सांगतात, की ते सर्व सुखांनी समृद्ध आहेत. लोक जेव्हा त्यांना मान-सन्मान देतात, त्यांच्या आज्ञेचं पालन करतात, तेव्हा ते सुखावतात. आरामदायी अन्न, वस्त्र, निवारा मिळाल्यामुळे त्यांना समाधान वाटत असतं. अशा प्रकारे चोहोबाजूंनी अनुकूल वातावरण लाभल्याने असा मनुष्य सुखावलेला असतो. त्याला वाटत असतं, की जगात आपल्यासारखं सुखी-संपन्न अन्य कोणीही नाही. परंतु बाह्यसुख हे केवळ वातावरणावर अवलंबून असतं. वातावरणच अनुकूल नसेल, तर सुखाची अनभूती होऊ शकणार नाही, याचा त्याला पूर्णपणे विसर पडतो. त्यामुळे हे काही खरं सुख नव्हे, याचं भान नेहमी असायला हवं.

असुरी प्रवृत्तीच्या मनुष्याला आपल्या धन-संपत्तीचा गर्व तर असतोच, त्याचबरोबर त्याला आपल्या उच्च कुळाचाही अभिमान असतो. तो म्हणतो, मी क्षत्रिय वंशाचा आहे... ब्राह्मण कुळातील आहे... माझ्यापेक्षा श्रेष्ठ कोणीच नाही... माझ्याकडे गडगंज संपत्ती आहे... मी होम-हवन करवून

अध्याय १६ : १६

घेईन... रुग्णालयं, विद्यालयं सुरू करेन... त्यांवर माझं नाव असेल... आजवर कुणीही केला नसेल, इतका दान-धर्म मी करेन... त्यामुळे माझा नावलौकिक वाढेल... लोक माझ्या पायांशी लोळण घेतील... समाजकार्य करून लोकांवर अधिकार गाजवता येऊ शकेल... समाजात प्रतिष्ठा प्राप्त करता येऊ शकेल... मग आपण मर्जीप्रमाणे सर्वकाही होत राहील... आपल्याला कोणीही विरोध करू शकणार नाही, असंच त्यांना वाटत असतं.

१६

श्लोक अनुवाद : अशा प्रकारे अज्ञानाने मोहित झालेले, तसंच अनेक प्रकारांनी भ्रांतचित्त झालेले, मोहाच्या जाळ्यात अडकलेले आणि विषयभोगांत अत्यंत आसक्त असे असुरी लोक महाअपवित्र नरकात पडतात ||१६||

गीतार्थ : आपलं स्वरूप आणि प्रपंचाच्या मोहजालात गुरफटलेला मनुष्य कोणतंही लक्ष्य निश्चित करू शकत नाही. त्याचं मन सतत वेगवेगळ्या इच्छा-आकांक्षांच्या मागे धाव घेत असतं. शिवाय त्या इच्छांच्या पूर्ततेसाठी तो विविध मार्गही शोधत असतो. त्याचं चित्त नेहमी याच उद्योगात गुंतलेलं असतं.

असे लोक मोहमायेच्या जाळ्यात पूर्णपणे गुरफटलेले असतात. मागील काही श्लोकांमध्ये काम, क्रोध व अभिमानाविषयी जे काही विवेचन करण्यात आलंय, त्या सर्व प्रकारांत ते अडकलेले असतात. एखादी मासोळी आमिष पाहून जशी गळाला लागते, अगदी तसंच मनुष्य मनोरथांच्या आमिषाकडे पाहून मोहरूपी गळाकडे आकृष्ट होतो, अडकतो. मग त्यातून तो कधीही बाहेर पडू शकत नाही. आपल्या या इच्छांच्या पूर्ततेसाठी प्रसंगी तो अनैतिक मार्गांचाही अवलंब करतो आणि मग पकडलं जाण्याची त्याला भीतीही वाटत राहते. जसं, एखादा शासकीय कर्मचारी अधिक धन मिळवण्याच्या हव्यासाने, लाच तर स्वीकारतो; पण मनातून त्याला सारखी

अध्याय १६ : १६

भीती वाटत असते. कुठे आपल्या वरिष्ठांना याचा सुगावा तर लागणार नाही ना! आणि जर तो पकडला गेलाच, तर परिस्थिती अधिकच चिघळते! सोबत इच्छापूर्ती न झाल्याचं दुःख तर असतंच, त्याचबरोबर प्रतिष्ठाही धुळीस मिळते ते वेगळंच!

असुरी वृत्तीचे लोक शेजाऱ्यांशी स्पर्धा करून महागड्या वस्तूंचा संचय करणं आणि त्यांचा उपभोग घेणं यातच आपल्या जीवनाची इतिकर्तव्यता समजतात. महागडे मोबाइल, होम थिएटर, पबसंस्कृतीत रमणाऱ्या लोकांना हेच कळत नाही, की ही सारी तथाकथित सुखं अखेर त्यांना दुःखाच्या दलदलीकडेच घेऊन जाणार आहेत.

मनुष्याची बुद्धी जेव्हा मोहाने आच्छादलेली असते आणि मन विकारांनी झाकोळून जातं, तेव्हा त्याची इंद्रियंसुद्धा संयम गमावतात. अशा स्थितीत भ्रमित मनुष्य अखेर नरकातच जाऊन पडतो आणि आपल्यातील नकारात्मकतेचा प्रसार चहुदिशांनी करत फिरतो. इथे नरक याचा अर्थ कोणतं तरी विशिष्ट ठिकाण असा नसून, मनाच्या या विशिष्ट अवस्थेलाच ते संबोधलं गेलं आहे. अशा प्रकारच्या मानसिक भावावस्थेमुळे स्वनिर्मित नरकाविषयी इथे सांगितलं जात आहे. जो मनुष्य ईर्षा, चिंता आणि क्रोधाच्या अग्नीत अखंड जळत राहतो, तो स्वतःसाठी नरकाचीच निर्मिती करत राहतो. अशा प्रकारच्या नकारात्मक भावनांत गर्क राहणं, म्हणजेच नरकात राहणं होय.

स्थिरचित्त मनुष्यामध्ये विपरीत स्थितीतही आनंदी राहण्याची क्षमता असते. म्हणजेच असा मनुष्य स्वर्ग ('स्व'चा अर्क) निर्माण करू शकतो. तसंच अस्थिर चित्त असलेला मनुष्य अनुकूल स्थितीतही काही ना काही खोट काढून नरकाची निर्मिती करू शकतो. सर्व स्थितीत समचित्त असणाऱ्या मनुष्याचं व्यवसायात नुकसान जरी झालं, तरी तो काही न काही शक्कल लढवून, नवीन मार्ग शोधून आपल्यातील रचनात्मकतेला प्रोत्साहन देत राहतो. असं करून आपल्यातील रचनात्मकतेचा आनंद तर तो उपभोगतोच.

अध्याय १६ : १७-१८

परिणामी व्यवसायातही त्याला लाभ होऊ लागतो. यालाच म्हणतात प्रतिकूल स्थितीतही स्वर्ग साकारणं. याउलट चित्त स्थिर नसलेल्या व्यक्तीचा व्यवसाय उत्तम प्रकारे सुरू असला तरी, 'आपल्या व्यवसायाला उतरती कळा तर लागणार नाही ना, आपण रस्त्यावर तर येणार नाही ना,' अशा चिंतांनी तो ग्रासतो. यालाच म्हणतात, अनुकूल परिस्थितीतही नरकात राहणं.

स्वर्ग अथवा नरक यांचं अस्तित्व मनुष्याच्या अंतःकरणातील स्थिरता अथवा चंचलतेवर अवलंबून आहे. जशी ज्याची स्थिती, तशी त्याची गती!

१७-१८

श्लोक अनुवाद : ते स्वतःलाच श्रेष्ठ समजणारे अहंकारी लोक धन आणि मान यांच्या उन्मादाने उन्मत्त होऊन, केवळ पाखंडीपणाने शास्त्रविधिहीन असं यज्ञकर्म नावापुरतंच करत राहतात।।१७।।

तसंच ते अहंकारी; बळ, घमेंड, कामना आणि क्रोधादिकांच्या आहारी गेलेले आणि इतरांची निंदा करणारे लोक आपल्या स्वतःच्या व इतरांच्या शरीरांतही स्थित असलेल्या मज अंतर्यामीचा द्वेष करणारेच असतात।।१८।।

गीतार्थ : भगवान श्रीकृष्ण असुरांची लक्षणं सांगताना पुढे म्हणतात, "असुरी प्रवृत्तीचे लोक हे स्वतःचीच स्तुती करण्यात रममाण झालेले असतात. गर्विष्ठ असलेले आणि विनयशीलता नसलेले हे लोक आपल्या धन-शक्तीच्या अहंकारात पूर्णपणे डुंबून गेलेले असतात. आयुष्यभर मनमानीपणाने अशास्त्रीयरीत्या आणि केवळ नावापुरतंच यज्ञकर्म करत असतात."

इथे 'यज्ञ' या शब्दाचा अर्थ, ज्यात विशिष्ट प्रकारच्या समिधा, तूप इत्यादी हवन सामग्री अग्नीत समर्पित केली जाते तो यज्ञ, असा केवळ शाब्दिक अर्थ घेऊ नये. तर, याआधीही सांगितल्यानुसार, निष्काम भावनेने ईश्वराला समर्पित केलेल्या सर्वच कर्मांना यज्ञ असं म्हटलं जातं.

सामान्य लोकही सत्ताधारी व्यक्तीचे अधिकार, त्याची पदप्रतिष्ठा आणि त्याच्या धनसंपत्तीने प्रभावित होऊन त्याचं लांगूलचालन करू लागतात. उदाहरणार्थ, हिटलरच्या अधिकारामुळे, त्याच्या पदप्रतिष्ठेने प्रभावित होऊन लोक त्याचे अनुयायी तर झाले; परंतु त्याच्या हुकूमशाही प्रवृत्तीने किती अनर्थ घडविला, हे सर्वांनाच ज्ञात आहे. म्हणूनच स्वतःला विचारत राहा, की 'आपण कोणाच्या प्रभावाखाली आहोत आणि आपलं कार्य कोणाला समर्पित करत आहोत?'

समजा, एखाद्या अधिकाऱ्याने त्याच्या अधिकाराचा वापर करून कधी आपल्याला मदत केली, तर आपण लगेच त्याला समर्पित होऊन जातो. मग प्रसंगी जीवनात सत्य समोर आलं तरी आपल्याकडून ते नाकारलं जातं. कर्णाच्या बाबतीतही अगदी असंच घडलं होतं. कर्णही समर्पित होता आणि अर्जुनही समर्पित होता; परंतु त्यांच्या समर्पणात एक मूलभूत फरक होता. अर्जुन समर्पित होता कृष्णाला, जो स्वतःच उच्च चेतनेला समर्पित होता आणि कर्ण समर्पित होता दुर्योधनाला, जो अहंकाराला समर्पित होता. मात्र त्याचा परिणाम काय झाला, हे आपण जाणतो.

म्हणून लोकांच्या अहंकारयुक्त, दांभिक गोष्टींमुळे प्रभावित होऊन आपण चुकीच्या गोष्टींना तर समर्पित होत नाही ना, यावर प्रामाणिकपणे मनन करायला हवं. कारण आपण ज्या गोष्टीला समर्पित होतो, तसंच फळ आपल्याला मिळू लागतं. आपण आपल्या मनोकामनांच्या पूर्ततेसाठी देवदेवतांना समर्पित झालात तर त्या आपली इच्छापूर्ती करतात. मात्र कोणी यक्ष-राक्षसांना समर्पित होतात आणि लोभ, मोहादी विकारांच्या चक्रव्यूहात गुरफटून भौतिक सुखसंपदा उपभोगत राहतात. कोणी धनकुबेराला समर्पित होऊन अपार धन-संपत्ती मिळवतात, तर कोणी भूतपिशाच्चांना समर्पित होऊन सिद्धीही प्राप्त करतात; परंतु अखेर या सर्व गोष्टी आपल्याला कुठे घेऊन जातील, याचा विचार करायला हवा.

महत्त्वाचा मुद्दा असा, की आपण ज्या गोष्टीला समर्पित होतो, ती कशाला समर्पित आहे? ती जर अहंकारास समर्पित असेल, तर तिच्याप्रति असलेलं आपलं समर्पण अखेर आपल्यालाही अहंकारातच बुडवणार आहे. असं कर्म (यज्ञ) अशास्त्रीय आहे.

अठराव्या श्लोकात श्रीकृष्ण सांगतात, की अहंकार, क्रोध, बल व इच्छांच्या अधीन असलेला मनुष्य स्वतःतील आणि इतरांतील असलेलं ईश्वरत्व पाहू शकत नाही. या साऱ्या विकारांमुळे असा मनुष्य इतरांशी ईर्ष्या, मत्सर आणि हेवेदावे करण्यातच व्यग्र असतो. मानवच मानवाचा शत्रू बनतो आणि जेव्हा अशी स्थिती येते, तेव्हा खऱ्या अर्थाने मनुष्य ईश्वराशीच विद्रोह करत असतो.

सृष्टीतल्या प्रत्येक जीवजंतूमध्ये परमेश्वर सामावलेला आहे; परंतु मनुष्य हाच केवळ एकमेव असा प्राणी आहे, ज्याला या ईश्वरत्वाची अनुभूती घेता येऊ शकते. मनुष्यदेह धारण केल्यानंतरच त्या परमचैतन्याचा साक्षात्कार होऊ शकतो. म्हणूनच मनुष्याने मनुष्याचा तिरस्कार करणं म्हणजे प्रत्यक्ष ईश्वराचाच तिरस्कार करण्यासारखं आहे, असं म्हटलं जातं. मनुष्य जर स्वतःला शरीर समजूनच जगत असेल, तर इतरांकडेही तो तशाच दृष्टीने पाहील. मग त्याला त्यांच्यात त्या चैतन्याचं दर्शन कसं घडेल बरं? त्यामुळे आपण या असुरी संपदेपासून स्वतःला वाचवायला हवं.

अध्याय १६ : १७-१८

● मनन प्रश्न :

१. आपण कोणकोणत्या गोष्टींचा संग्रह करतो आणि का?

२. अध्यात्म आणि दैनंदिन लोकव्यवहार या दोन्ही वेगवेगळ्या गोष्टी आहेत, असं आपल्याला वाटतं का? तसं जर वाटत असेल, तर त्यामागे कोणत्या धारणा दडलेल्या आहेत?

३. आपल्या स्वतःमध्ये असलेल्या किंवा इतरांमधील दुर्गुणांना सद्गुण समजण्याची चूक तर आपल्याकडून घडत नाही ना, यावर मनन करा.

भाग ४
असुरांची गती
|| १९-२० ||

अध्याय १६

तानहं द्विषतः क्रूरान्संसारेषु नराधमान्। क्षिपाम्यजस्रमशुभानासुरीष्वेव योनिषु ।।१९ ।।

आसुरीं योनिमापन्ना मूढा जन्मनि जन्मनि। मामप्राप्यैव कौन्तेय ततो यान्त्यधमां गति् ।।२० ।।

१९-२०

श्लोक अनुवाद : अशा, त्या द्वेष करणाऱ्या पापाचारी आणि क्रूरकर्मी नराधमांना मी या जगात वेळोवेळी असुरी योनींतच टाकतो.॥१९॥

म्हणून हे अर्जुना, ते मूर्ख मला प्राप्त न होता, जन्मोजन्मी असुरी योनींतच जन्म घेत राहतात. मग त्याहूनही अतिनीच अशा गतीला प्राप्त होतात. म्हणजेच घोर नरकांत पडतात.॥२०॥

गीतार्थ : असुरी प्रवृत्तीचे लोक विनाकारणच लोकांशी शत्रुत्व पत्करतात आणि इतरांच्या वाइटावरच टपलेले असतात. दुष्टता आणि असहिष्णुता त्यांच्या रोमारोमांत ठासून भरलेली असते, तसेच बोलता बोलता हे लोक हिंसक होऊ शकतात. म्हणूनच श्रीकृष्ण त्यांना नराधम असं म्हणतात.

असुरी संपदेच्या लोकांची भविष्यात काय अवस्था होते, याविषयी श्रीकृष्ण सांगतात, ''असुरी प्रकृतीच्या लोकांना मी पुनःपुन्हा असुरी योनीतच जन्माला घालतो.'' इथे श्रीकृष्णांच्या तोंडी 'मी जन्माला घालतो... मी हे करतो...' असे शब्द आल्याने, श्रीकृष्ण एक व्यक्तीच आहेत, असं लोक समजतात. त्यांना वाटतं, की श्रीकृष्णदेखील एक मनुष्यच असून, त्यांच्या इच्छेनुसारच ही सकल सृष्टी कार्यरत आहे. परंतु श्रीकृष्ण स्वतःच्या शरीराला 'मी' असं संबोधत नाहीत, तर ते सांगत आहेत त्या अनुभवाविषयी... ईश्वराविषयी... आपल्या असण्याच्या अनुभूतीविषयी.... ज्याच्या उपस्थितीतच सर्वकाही स्वचलित, स्वघटित स्वनिर्मितरूपाने घडत आहे, त्या 'मी'विषयी श्रीकृष्ण येथे बोलत आहेत.

त्या ईश्वरीय अनुभूतीत असुरी संपदेचे लोक, पुनःपुन्हा असुरी संपदा असलेल्या योनींच्या फेऱ्यांतच फिरत राहतात. त्यांच्यातील स्मृतींचा विनियोग पुनःपुन्हा असुरी वृत्तीच्या लोकांकरिताच होऊ लागतो. कारण त्यांच्याकडून त्याच त्या चुका वारंवार घडत राहतात. मग कोणत्यातरी जन्मात या असुरी प्रवृत्तीच्या साच्याला छेद जातो. एखाद्या सत्संगास जावं लागल्याने किंवा कोणत्यातरी संत-महात्म्याचा सहवास घडल्याने मनुष्यातील या साचेबद्धतेवर आघात होतो. त्यामुळेच असुरी प्रवृत्ती दैवी प्रवृत्तीत परावर्तित होण्याची शक्यता निर्माण होऊ

अध्याय १६ : १९-२०

लागते. अन्यथा, असे लोक पुनःपुन्हा त्याच त्या योनीत येत-जात राहतात.

आपण स्वतःच आपल्या विचारांचं अवलोकन करून पाहा! आपल्या स्वभावधर्मानुसार आपल्या विचारांचीही एक साचेबद्धता, त्यांचा एक पॅटर्न ठरलेला असतो, असं दिसेल. तेच ते विचार आपल्या मनात वेळोवेळी सुरू असतात. या वैचारिकतेवर मात करणं तोपर्यंत अशक्य होतं, जोपर्यंत याहून वेगळी, महत्त्वपूर्ण अशी घटना आपल्या आयुष्यात घडत नाही; जी आपल्या विचारांना मुळापासून हलवत नाही. म्हणजेच व्यापक दृष्टिकोनातून विचार केल्यास, मनुष्य आपल्या वृत्तींमुळेच तीच ती आणि तशीच परिस्थिती निर्माण करत राहतो, पुनःपुन्हा त्याच त्या योनींमध्ये जन्म घेत राहतो, तो परिस्थितीवर मात करून अग्रेसर होऊ शकत नाही, हीच गोष्ट यातून लक्षात येऊ शकेल.

वरवर पाहता आपल्याला असं भासतं, की असुरी प्रवृत्तीचे लोक इतरांना त्रास देत राहतात. परंतु याचा परिणाम काय होतो, हे श्रीकृष्ण पुढे सांगत आहेत. ते अर्जुनाला म्हणतात, "मनुष्य आपल्या कर्मांद्वारेच स्वतःचं भविष्य लिहीत असतो. कर्म, मग ते शारीरिक असो अथवा वैचारिक; दुसरं कोणीही त्या कर्मांचा हिशेब ठेवायला बसत नाही. सर्वकाही स्वचलित घडत असतं. केवळ कुणीतरी त्यासाठी निमित्तमात्र ठरतं एवढंच! उदाहरणार्थ- लंकापती रावण हा अहंकारामुळे उन्मत्त झालेला राजा होता, त्यामुळे त्याच्या लंकेचं दहन होणार हे तर निश्चितच होतं. फक्त हनुमंत त्यासाठी निमित्त ठरले एवढंच. अगदी अशाच प्रकारे कौरवांनीही स्वतःसाठी खड्डा खणला होता. म्हणजेच त्यांच्या कुकर्मांनीच अशी स्थिती निर्माण केली होती, जेणेकरून अठरा दिवसांत त्यांचा मृत्यू निश्चित होता.

युद्धभूमीवर भयभीत झालेल्या अर्जुनाला श्रीकृष्ण समजावतात, 'कौरवांचा अंत करण्यासाठी मी आता सज्ज झालो आहे. तू केवळ त्यासाठी निमित्त बनून या श्रेयाचा धनी हो... आणि लक्षात ठेव, तू जरी त्यांना मारलं

नाहीस, तरी दुसऱ्या कोणाच्या तरी हातून ते मरणारच आहेत. कारण हे विधिलिखित तर त्यांनी स्वतःच लिहिलेलं आहे.'

श्रीकृष्ण पुढे म्हणतात, 'असुरी प्रवृत्तीचे मूर्ख लोक मला प्राप्त न होता नीच गतीला जातात. खरंतर वाईट कर्मांमध्येच त्यांना आनंद मिळत असतो. त्यामुळे स्वतःमध्ये परिवर्तन करण्याची त्यांना कधी गरजच भासत नाही. म्हणूनच अनंत कालावधीपर्यंत ते चेतनेच्या त्याच स्तरावर राहतात.' इथे 'ते मला प्राप्त होत नाहीत,' असं जे श्रीकृष्ण म्हणतात, याचा अर्थ त्यांची चेतना उंचावत नाही, भक्तीचं महत्त्व त्यांना समजत नाही, ते त्यांच्या अहंकारापलीकडे जाऊ शकत नाहीत असा होतो. जोपर्यंत त्यांना आपल्या कर्मांचा पश्चात्ताप होत नाही, त्याबद्दल ते क्षमायाचना करत नाहीत, तोपर्यंत त्यांची अधोगती सुरूच राहते.

आपल्या सर्वांनाच कधी न् कधी याची प्रचिती येतच असते, की एखादं काम करत असताना आपल्या हातून बऱ्याच चुका होत असतात. परंतु जोपर्यंत आपल्याला त्या चुकांची जाणीव होत नाही, त्यावर आपल्याला पश्चात्ताप होत नाही, तोपर्यंत आपल्याकडून तशा चुका होतच राहतात. त्यात सुधारणा व्हायला हवी, असंही आपल्याला कधी वाटत नाही. परंतु जेव्हा या चुकांची जाणीव होते, तेव्हा मात्र लगेच आपण त्या सुधारायला तयार होतो.

म्हणजेच, जोपर्यंत आपल्या अंतरंगातून ही संवेदनशीलता जागृत होत नाही, तोपर्यंत आपण 'जशास तसं, वाइटाच्या बदल्यात वाईटच' याच सिद्धान्तावर मार्गक्रमण करत राहतो आणि अखेर अधोगतीलाच प्राप्त होतो.

अध्याय १६ : १९-२०

● मनन प्रश्न :

१. आपल्या हातून घडणाऱ्या चुकांची जाणीव आपल्याला होते का? होत असेल, तर त्यासाठी तुम्ही क्षमाप्रार्थना करता का?

२. आपल्यातील असा एखादा नकारात्मक विचार, जो वेळोवेळी येऊन आपल्याला त्रस्त करतो, त्याला टाळण्यासाठी आपण कोणकोणती पावलं उचलातो.

भाग ५

नरकाचे द्वार-
काम, क्रोध, लोभ

।। २१-२२ ।।

अध्याय १६

त्रिविधं नरकस्येदं द्वारं नाशनमात्मनः। कामः क्रोधस्तथा लोभस्तस्मादेतत्त्रयं त्यजेत् ।।२१ ।।

एतैर्विमुक्तः कौन्तेय तमोद्वारैस्त्रिभिर्नरः। आचरत्यात्मनः श्रेयस्ततो याति परां गतिम्।।२२ ।।

२१

श्लोक अनुवाद : आणि हे अर्जुना! काम, क्रोध आणि लोभ हे तीन प्रकारचे नरकाचे द्वार आत्म्याचा नाश करणारे, म्हणजेच आत्मनाश घडवून त्याला अधोगतीला नेणारे आहेत. म्हणून या तिन्हीही मार्गांचा त्याग करायला हवा.॥२१॥

गीतार्थ : असुरी गुणांच्या वर्णनाची सांगता करताना भगवान श्रीकृष्ण म्हणतात, 'असुरी लक्षणांच्या मुळाशी काम, क्रोध आणि लोभ हे तीन प्रकारचे विकारच प्रामुख्याने आढळतात. हे तिन्ही विकार मनुष्याला अधोगतीकडेच नेतात. प्रत्येक मनुष्यात कमी-अधिक प्रमाणात हे विकार आढळून येतात. परंतु ते अवास्तव फोफावू नयेत म्हणून सदैव सजग राहायला हवं. साधनेद्वारे उच्चचेतना प्राप्त केलेले साधकही पुरेशा सजगतेच्या अभावी मोहग्रस्त होतात, यावरूनच आपल्या लक्षात येऊ शकेल, की या विकारांची पाळंमुळं किती खोलवर रुजलेली असतात. या विकारांना जोपर्यंत संधी मिळत नाही, तोपर्यंत ते शांत राहतात; पण संधी मिळताच ते त्यांचं खरं रूप दाखविल्याशिवाय राहत नाहीत.'

कामवासनेच्या आहारी गेल्याने घडलेल्या लैंगिक अत्याचाराच्या अनेक घटना हल्ली टीव्ही, वर्तमानपत्रांतून पाहण्यात, ऐकण्यात, वाचनात येतात. यावरूनच लक्षात येतं, की लोक क्षणभंगुर सुखासाठी किती नीच पातळीवर जाऊ शकतात. त्यांना हे कळतच नाही, की हे विकार म्हणजे नरकाची दारं आहेत. एका विकारामागे आणखी किती छोटे छोटे विकार दडलेले असतात, याचा मनुष्याला कधी थांगच लागत नाही.

लोभ आणि क्रोधात गुरफटलेला मनुष्य, 'महिन्याला पन्नास-साठ हजार रुपये जरी मिळाले तरी खूप आहेत, त्यात मी समाधानाने राहू शकेन. नुसता पैसा पैसा करत त्यामागे धावत राहण्यात काय अर्थ आहे,' आधी असा विचार करतो. पण तितके पैसे मिळू लागताच त्याचा हा संकल्प विरून जातो. मग मोहजालात गुरफटल्याने त्याच्यात नवा संकल्प निर्माण होतो. त्यानंतर मला लाखभर रुपये मिळू लागले, तर मग कामातून थोडी उसंत तरी मिळेल, असा विचार तो करतो. पण हा संकल्पही अधिक काळ टिकू शकत नाही आणि मग पुढेही नवनवे संकल्प होतच राहतात. अशा प्रकारे आणखी थोडं... आणखी थोडं... ही शृंखला सुरूच

अध्याय १६ : २१

राहते. आता या साखळीत जर कोणता खंड पडला, कधी नुकसान झालं, तर मग त्याच्यात क्रोध निर्माण होऊ लागतो. तो लोकांशी उर्मटपणे वागू लागतो आणि त्यांचा सूड उगवण्याचा, बदला घेण्याचा प्रयत्न करू लागतो.

अशा प्रकारे हे तिन्ही विकार मनुष्याला नरकात ढकलतात. म्हणजेच त्याच्यातील 'परमेश्वरा'ला अज्ञानरूपी ढगांनी झाकोळून टाकतात. खरंतर ते मनुष्याचं अहितच करतात. काम, क्रोध, लोभाधीन असलेला मनुष्य कधीही आपल्या सत्य स्वरूपाला जाणू शकत नाही. त्याचप्रमाणे ते जाणून घेण्याची जिज्ञासाही त्याच्या मनात निर्माण होत नाही. म्हणूनच या तिन्ही गुणांचा त्याग करणं, हेच करण्यायोग्य कर्म आहे.

'मनुष्याच्या अधोगतीचं कारण काय असू शकेल?' या विषयावर भगवान महावीरांच्या शिष्यांमध्ये एकदा चर्चा रंगली. एक जण म्हणाला- कामवासना, दुसरा म्हणाला- लोभ, तर तिसरा म्हणाला- क्रोध. आपल्या या शंकेचं निरसन करण्यासाठी ते सर्वजण भगवान महावीरांकडे गेले. महावीरांनी त्यांना उलट प्रश्न विचारला, 'आधी मला सांगा, माझ्याकडे एक कमंडलू आहे, त्यात भरपूर पाणी सामावू शकतं. समजा, ते जर नदीत सोडलं, तर ते बुडेल का?' 'अजिबात बुडणार नाही,' सर्वजण एका सुरात म्हणाले. 'आणि समजा, त्याला एखादं छिद्र पडलं तर?' भगवान महावीरांनी पुन्हा विचारलं. 'तर मात्र ते बुडू शकेल,' शिष्य म्हणाले. 'समजा, ते छिद्र जर उजवीकडे असेल तर?' महावीरांनी पुढचा प्रश्न विचारला. 'छिद्र उजवीकडे असो वा डावीकडे, पाणी तर त्यात शिरणार आणि ते निश्चितच बुडणार,' शिष्य लगेच एका सुरात उत्तरले.

त्यावर भगवान महावीर म्हणाले, 'अगदी तसंच! मानवी जीवनही एखाद्या कमंडलूसारखंच आहे. काम, क्रोध, लोभाची छिद्रं त्याला रसातळाला नेण्यास कारणीभूत ठरू शकतात. म्हणूनच आपल्या जीवनरूपी कमंडलूला कोणतंही छिद्र पडणार नाही, याकरिता आपण सदैव दक्ष, अत्यंत सावध राहायला हवं.'

अध्याय १६ : २२

२२

श्लोक अनुवाद : हे अर्जुना! नरकाच्या या तिन्ही दारांपासून मुक्त झालेला पुरुष आपल्या कल्याणाचं आचरण करतो, त्यामुळे तो परमगतीला जातो. मलाच प्राप्त होतो.।।२२।।

गीतार्थ : असुरी वृत्तीतून बाहेर पडण्याचा मार्ग सांगताना श्रीकृष्ण अर्जुनाला म्हणतात, "काम, क्रोध आणि लोभ, हे नरकाचे तीन दरवाजे बंद केल्यानेच मनुष्य मुक्त होऊ शकतो. असा मनुष्य सदाचाराच्या मार्गावर चालून स्वतःचं कल्याण साधू शकतो आणि परमगतीला प्राप्त होतो."

जे साधक काम, क्रोध, लोभ यांतून मुक्त होण्याचा प्रयत्न करतात, ते अभिनंदनास पात्र आहेत! मुक्त होण्याची इच्छा मनात जागृत होणे, हीच मुळात एक आनंदवार्ता आहे. कोणतंही उद्दिष्ट प्राप्त करण्यासाठी संकल्पशक्ती; मानसिक, शारीरिक व बौद्धिक शक्तींची आवश्यकता असते. विकारांत गुरफटलेल्या मनुष्यामध्ये या साऱ्या शक्ती अत्यंत क्षीण झालेल्या असतात. म्हणूनच भगवान श्रीकृष्ण या तीन दारांचा त्याग करण्याविषयी सांगत आहेत. मुक्तीची इच्छा जर प्रबळ असेल, तरच हे शक्य होतं.

काम, क्रोध, लोभ हे विकार कसे बळावतात, यावर जर मनन केलं, तर लक्षात येईल, की शरीर, नातेसंबंध, धनाची लालसा, पदाची आसक्ती हेच या विकारांच्या प्राबल्यासाठी कारणीभूत आहेत. विकार बळावल्याने आसक्ती अधिकाधिक वाढत जाते. अशा प्रकारे विकार आणि आसक्तीच्या चक्रव्यूहातून बाहेर पडणं अत्यंत कठीण होतं, त्यासाठी बरेच प्रयत्न करावे लागतात. जसं, घराच्या गच्चीवरील टाकीतलं पाणी नळ सुरू करताच सहजतेने वेगात खाली येतं; मात्र तेच पाणी खालून वर चढवायचं असेल, तर विजेच्या पंपाचा आधार घ्यावा लागतो. तात्पर्य, चेतनेचा स्तर उंचावण्यासाठी प्रयत्न करावे लागतात, खाली घसरण्यासाठी मात्र एक क्षणही पुरेसा ठरतो.

श्रीकृष्ण पुढे म्हणतात, "मनुष्याला जर विकारांचं हे मायाजाल लक्षात

अध्याय १६ : २२

आलं, तर तो त्यातून मुक्त होण्याचा प्रयत्न करतो. हाच तो मंगल मार्ग आहे, जो साधकाला मोक्षप्राप्तीपर्यंत पोहोचवतो. ज्या मनुष्याच्या मनात विकारांतून मुक्त होण्याची प्रार्थना स्फुरते, तो निश्चितपणे शांत, संतुलित व आनंदावस्थेत राहण्याची इच्छा बाळगतो. अशी इच्छा निर्माण होताच तो ध्यान, ज्ञान आणि समज साधनेचा आधार घेऊ लागतो. अशा प्रकारे 'मी कोण आहे?' याचा बोध प्राप्त झालेला मनुष्य चिरस्थायी आनंदाचा स्वामी होऊन मला प्राप्त होतो. मग अशा आनंदी व्यक्तीकडून, आपोआपच असं कार्य घडू लागतं, ज्यामुळे त्याचं स्वतःचं तर कल्याण होतंच; पण त्याचबरोबरच त्याच्या अवतीभोवती असणाऱ्या लोकांचं, तसंच संपूर्ण समाजाचंही कल्याण होतं.

इथे पुन्हा एकदा नमूद करावंसं वाटतं, की श्रीकृष्ण जेव्हा 'मला प्राप्त होतो' असं म्हणतात, तेव्हा त्याचा अर्थ श्रीकृष्ण आपल्या व्यक्तित्वाविषयी 'मला' असं म्हणत नाही, तर ते त्या परम अवस्थेविषयी सांगत आहेत. जी या द्वैताच्याही पलीकडील आहे... जिथे काहीही नाही... जो या सृष्टीचा आरंभबिंदू आहे...

● **मनन प्रश्न :**

१. आपल्यातील इच्छा-आकांक्षांवर मनन करा, त्यांतून निर्माण होणाऱ्या लोभाचं दर्शन करा.

२. इच्छापूर्ती न झाल्याने निर्माण होणाऱ्या क्रोधाला तुम्ही कसं ओळखाल? तर एखादं मोठं. असं केल्याने तुमची सुस्ती पळून जाईल. त्यानंतर ही अठरा कामं कोणतीही इच्छा न बाळगता करा. याद्वारे तुम्ही रजोगुणातून सत्त्वगुणाकडे प्रयाण करू शकाल. त्यानंतर हीच अठरा कामं समभावासह, स्वभावात राहून करा. याद्वारे तुमचा गुणातीत अवस्थेत पोहोचण्याचा सरावही होईल.

भाग ६
शास्त्रसंमत कर्म
॥ २३-२४ ॥

अध्याय १६

यः शास्त्रविधिमुत्सृज्य वर्तते कामकारतः। न स सिद्धिमवाप्नोति न सुखं न परां गतिम्॥२३॥
तस्माच्छास्त्रं प्रमाणं ते कार्याकार्यव्यवस्थितौ। ज्ञात्वा शास्त्रविधानोक्तं कर्म कर्तुमिहार्हसि॥२४॥

२३

श्लोक अनुवाद : जो मनुष्य शास्त्राचे नियम डावलून स्वतःच्या इच्छेनुसार, मनमानी करतो, त्याला ना सिद्धी मिळतात, ना परम गती, ना सुख।।२३।।

गीतार्थ : या श्लोकात भगवान श्रीकृष्ण म्हणतात, जे लोक शास्त्रास अनुकूल अशा कर्मांचा त्याग करून अहंकाराने प्रेरित अशी कर्मं करतात, त्यांना धड सिद्धी प्राप्त होत नाहीत, ना परमगती, ना सौख्य. मनमानी इच्छा-आकांक्षांनी प्रेरित झालेला हा मनुष्य मग लोभाच्या आहारी जातो आणि सतत क्रोधाग्नीत जळत राहून, नेहमी अस्वस्थता आणि अशांतीने घेरलेला राहतो. असा मनुष्य आत्मोन्नती आणि आनंदाला पारखा होतो.

मानवी मन हे अनंत शक्तींचं स्रोत, भांडार आहे, ज्यात या साऱ्या शक्ती सुप्तावस्थेत दडलेल्या असतात, पण शारीरिक आणि मानसिक साधनेद्वारे त्या साधता येऊ शकतात. ज्यांना हे साध्य होतं त्यांना सिद्धपुरुष असं म्हणतात. परंतु ज्या मनुष्याला या सिद्धी प्राप्त होतात, त्याला परमगती प्राप्त होईलच असं मात्र नाही. कारण सिद्धी प्राप्त झाल्यावरही काही लोक त्यातच गुंतून पडण्याची दाट शक्यता असते. अशा लोकांमध्ये आपल्या श्रेष्ठत्वाचा अहंकार निर्माण होऊ शकतो.

परमगती प्राप्त करणं याचा अर्थ प्रत्येक क्षणी आपल्या असण्याची अनुभूती, आपल्यातील 'स्व'ची जाणीव असणं. आपल्यातील वैयक्तिक 'मी'चा लोप होऊन, आपल्या मूळ, सत्‌चित्‌आनंद स्वरूपात स्थित होणं. परंतु मनुष्य जर वैयक्तिक अहंभावातच गुंतू लागला, त्याच्या चेतनेचा स्तर सातत्याने निम्न होऊ लागला, तर तो परमगतीला कसा प्राप्त होऊ शकेल? आणि मग सुख तरी त्याच्याकडे कसं येऊ शकेल बरं?

भगवान श्रीकृष्ण म्हणतात, ''काम, क्रोध व लोभ या नरकाच्या तीन द्वारांचा त्याग केल्याने शक्तीचा जो संचय होतो, त्याचा सदुपयोग दैवी गुणांच्या संवर्धनासाठीच व्हायला हवा. असं न घडल्यास मनुष्याची जी अधोगती होते, त्यातून सावरणं मग अतिशय कठीण होतं! रावणादी असुरगणांचं आयुष्य हे याचंच

अध्याय १६ : २४

प्रमाण आहे. हे असुर तपश्चर्या करून विविध सिद्धी तर प्राप्त करत; परंतु त्या सिद्धींचा त्यांच्याकडून दुरुपयोग झाल्याने ते स्वतःच्या, तसंच इतरांच्याही सर्वनाशास कारणीभूत ठरत.''

म्हणूनच, प्रत्येकाने प्रत्येक क्षणी सतर्क, सजग असायला हवं आणि सर्व प्रकारच्या असुरी वृत्तींपासून दूरच राहायला हवं. या अध्यायाच्या शेवटच्या दोन श्लोकांत नेमका हाच इशारा देण्यात आला आहे.

२४

श्लोक अनुवाद : म्हणूनच तुझ्यासाठी कर्तव्य काय आणि अकर्तव्य काय, हे ठरविण्यासाठी शास्त्रच प्रमाण आहे, हे लक्षात घे आणि शास्त्रसंमत असंच कर्म तू कर, कारण तेच तुझ्यासाठी करण्यायोग्य कर्म आहे।।२४।।

गीतार्थ : अध्यायाच्या शेवटी भगवान श्रीकृष्ण पुन्हा एकदा ठामपणे सांगतात, ''मनुष्याने शास्त्रास अनुकूल अशाच जीवनपद्धतीचा अवलंब करायला हवा. शास्त्र याचा अर्थ, ती सूत्रं, ते सिद्धान्त, ती वचनं, जी आत्मसाक्षात्कारी ऋषी- महात्म्यांच्या साधनेचा सार आहेत, जी त्यांच्या तेजस्थानातून स्फुरली आहेत. ज्या शास्त्रांची रचना त्या ऋषि-मुनींनी केली आहे, ज्यांनी या मार्गाचं अनुसरण करून स्वानुभवाची प्राप्ती केलीय. खरंतर या ऋषि-मुनींनी, संत-महात्म्यांनी याद्वारे जणू त्या मार्गाचा नकाशाच आपल्याला उपलब्ध करून दिला आहे. म्हणून ज्यांना सत्यमार्गावरून मार्गक्रमण करण्याची इच्छा आहे, त्यांनी या शास्त्रांचा अत्यंत सावधपणे उपयोग करून घ्यायला हवा.

शास्त्रांचं अध्ययन केल्यामुळे करण्यायोग्य कर्मांचं ज्ञान होतं, त्याचबरोबर काय करू नये, हेदेखील समजतं. अध्यायाच्या सुरुवातीला दैवी आणि असुरी संपदेची जी लक्षणं सांगितली गेली आहेत, त्यांच्या आधारे आपण कोणत्या स्थानी आहोत, कोणते गुण आत्मसात करायला हवेत

अध्याय १६ : २४

आणि कोणत्या गुणांचा त्याग करायला हवा, याबाबत आत्मपरीक्षण करता येऊ शकतं.

प्रत्येक साधकाला आपलं उद्दिष्ट, उद्दिष्टप्राप्तीचे मार्ग या मार्गात येणारे अडथळे आणि ते पार करण्याचे उपाय ज्ञात असायला हवेत. शास्त्रांच्या अभ्यासाद्वारेच आपल्याला ते समजू शकतात. अनेक लोकांना शास्त्रं तर ज्ञात असतात; परंतु त्यांत लिहिलेल्या सूत्रांचा अवलंब करण्याचं साहस, संकल्प आणि धैर्य त्यांच्यात नसतं. म्हणून साधकाने अशा उथळ साधनेपासून स्वतःला वाचवून, परिपूर्ण साधनेच्या दिशेने मार्गक्रमण करायला हवं. शास्त्रांमध्ये याचंही मार्गदर्शन मिळू शकतं.

यासाठी, सर्व विकारांचा त्याग करून शास्त्रास अनुकूल असं कर्म करणं, हेच योग्य कर्म होय, असा उपदेश भगवान श्रीकृष्ण करतात.

• मनन प्रश्न :

१. आपली कर्मं शास्त्रास अनुकूल अशी आहेत का? याचं अवलोकन करा.

२. आपण आपलं उद्दिष्ट निर्धारित केलं आहे का? जर केलं असेल, तर त्या मार्गात येणाऱ्या बाधांविषयी मनन करा.

अध्याय १७
श्रद्धात्रयविभागयोग

|| अध्याय १७ - सूची ||

श्लोक	विषय	पृष्ठ
१-६	श्रद्धेचे प्रकार...............................	७१
७-१३	आहार आणि यज्ञाचे प्रकार..................	८१
१४-१९	तपाचे प्रकार.................................	८९
२०-२२	दानाचे प्रकार................................	९७
२३-२८	सत्य आणि असत्य यांतील भेद............	१०७

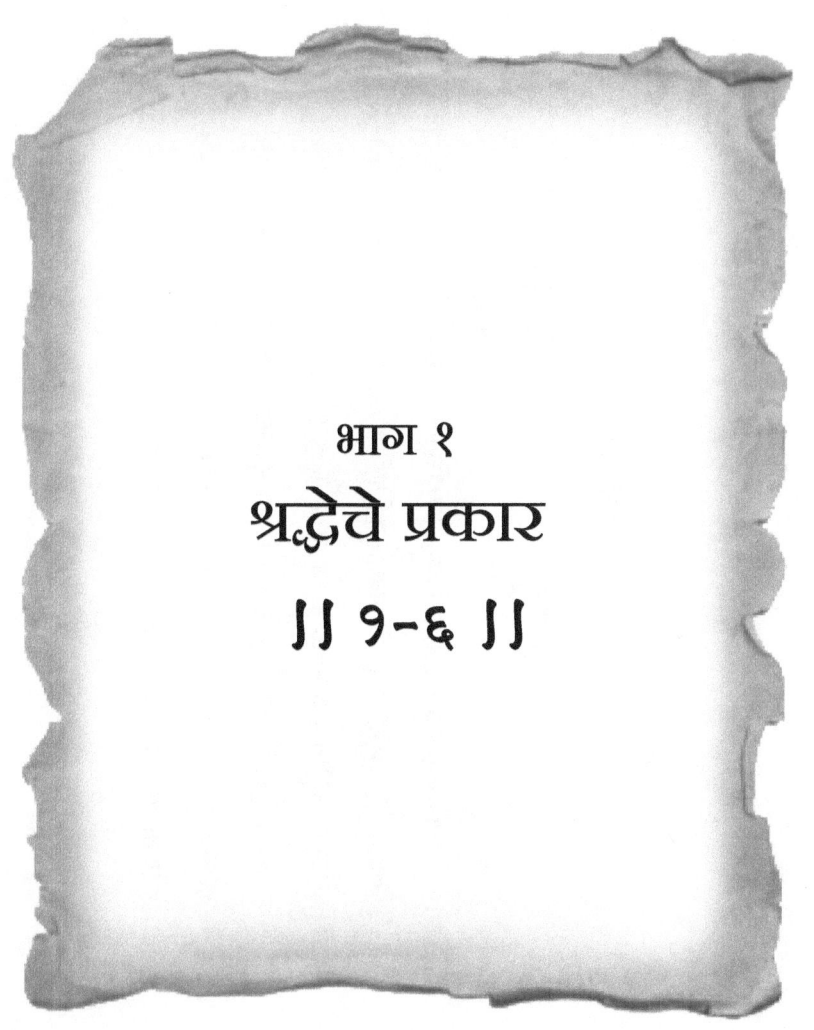

भाग १
श्रद्धेचे प्रकार
।। १-६ ।।

अध्याय १७

ऊ्ये शास्त्रविधिमुत्सृज्य यजन्ते श्रद्धयान्विताः। तेषां निष्ठा तु का कृष्ण सत्त्वमाहो रजस्तमः ।।१।।

त्रिविधा भवति श्रद्धा देहिनां सा स्वभावजा। सात्त्विकी राजसी चैव तामसी चेति तां श्रृणु।।२।।

सत्त्वानुरूपा सर्वस्य श्रद्धा भवति भारत। श्रद्धामयोऽयं पुरुषो यो यच्छ्रद्धः स एव सः ।।३।।

यजन्ते सात्त्विका देवान्यक्षरक्षांसि राजसाः। प्रेतान्भूतगणांश्चान्ये जयन्ते तामसा जनाः।।४।।

अशास्त्रविहितं घोरं तप्यन्ते ये तपो जनाः। दम्भाहङ्कारसंयुक्ताः कामरागबलान्विताः।।५।।

कर्शयन्तः शरीरस्थं भूतग्राममचेतसः। मां चैवान्तःशरीरस्थं तान्विद्ध्यासुरनिश्चयान् ।।६।।

१

श्लोक अनुवाद : भगवंतांचा उपदेश ऐकल्यानंतर अर्जुन म्हणाला, ''हे श्रीकृष्णा, जे लोक शास्त्रविधीचा त्याग करून; श्रद्धायुक्त अंतःकरणाने देवादिकांचं पूजन करतात, त्यांची स्थिती कशी असते; सात्त्विक, राजस की तामसी?।।१।।

गीतार्थ : पुराणकाळी ज्ञानी ऋषि-मुनींनी मानवी जीवनातील कर्तव्यकर्मं आणि त्यांची जीवनपद्धती यांचं संकलन शास्त्रांत केलेलं आहे, जेणेकरून नव्या पिढीला त्यानुसार आपलं जीवन संतुलितपणे जगता यावं. तसंच प्रपंचात राहूनही आत्मबोधाचं आपलं अंतिम लक्ष्य साध्य करता यावं. अशा प्रकारे वेद-शास्त्र हे मनुष्यासाठी त्यांच्या आयुष्याचे मार्गदर्शक, सोबती होते. त्यात मनापासून काय करायला हवं (डू) आणि काय टाळायला हवं (डोंट) याची विस्तृत माहिती दिली होती. त्या माहितीचा अवलंब करून मनुष्य आपल्या मानवी जीवनातील धर्म, अर्थ, काम व मोक्ष या चारही पातळ्यांवरील विकास साधत होता.

म्हणूनच मागील अध्यायातील अंतिम श्लोकात श्रीकृष्णांनी अर्जुनाला सांगितलं, ''जेव्हा जेव्हा तुझ्यासमोर 'आता काय करावं आणि काय करू नये' असा प्रश्न निर्माण होईल, तेव्हा तू शास्त्रांचं पालन अवश्य कर आणि त्यात सांगितल्यानुसार कर्तव्यकर्मांचं आचरण कर. कारण शास्त्रसंमत आयुष्य जगणारा मनुष्यच परमगतीला प्राप्त होतो.

हे सर्व ऐकल्यानंतर अर्जुनाच्या मनात पुन्हा एक प्रश्न निर्माण झाला, की सर्वच लोकांद्वारे शास्त्रांचं अध्ययन होत नाही, सर्वांना ते समजतही नाही आणि त्यांचं पालनही सर्वांकडून होत नाही. असे कितीतरी भक्त आहेत, जे या शास्त्रात असलेल्या ज्ञानापासून वंचित आहेत; परंतु तरीही त्यांच्या मनात या जगात प्रचलित असणाऱ्या देवदेवतांविषयी श्रद्धा आहे. ते कोणत्याही शास्त्रविधीशिवाय भोळ्याभावाने त्या देवतांचं भजन-पूजनदेखील करत असतात. तर मग त्यांची स्थिती कशी असेल; सात्त्विक, राजसी की तामसी? त्यांना या श्रद्धेचं फळ काय मिळेल? पुढील काही श्लोकांद्वारे श्रीकृष्ण अर्जुनाच्या या जिज्ञासेचंही निरसन करत आहेत.

अध्याय १७ : २-३

श्लोक अनुवाद : अर्जुनाच्या प्रश्नावर श्रीकृष्ण उत्तरले, "हे अर्जुना! मानवात कोणत्याही शास्त्रीय संस्कारांशिवाय स्वाभाविकरीत्या उत्पन्न झालेली श्रद्धा, ही सात्त्विक, राजसी व तामसी अशा तीन प्रकारचीच असते. त्याविषयी तू माझ्याकडून ऐक"।।२।।

हे भारत! सर्व मानवांतील श्रद्धा ही त्यांच्या अंतःकरणानुसारच असते. मनुष्य श्रद्धावान आहे. म्हणून ज्या मनुष्यात जशा प्रकारची श्रद्धा असते, तसाच तो स्वतःही असतो।।३।।

गीतार्थ : श्रीकृष्ण अर्जुनाला समजून सांगत आहेत, "मनुष्यात कोणत्याही शास्त्रीय संस्कारांशिवाय, जी स्वाभाविकरीत्या उत्पन्न झालेली श्रद्धा असते; ती केवळ सात्त्विक, राजसी व तामसी अशा तीन प्रकारचीच असते. हे समजून घेण्याआधी, स्वाभाविक श्रद्धा म्हणजे काय, ते आधी समजून घेऊ. प्रत्येक मनुष्याचा काही नैसर्गिक स्वभावधर्म असतो. त्याची विशिष्ट अशी आवड-निवड असते, जी त्याच्यातील विचार-संस्कारांवर अवलंबून असते."

श्रीकृष्ण पुढे म्हणतात, "सर्व मानवांतील श्रद्धा ही त्यांच्या अंतःकरणानुसारच असते." म्हणजे मनुष्य आतून जसा असतो, तशीच त्याची श्रद्धा असते.

उदाहरणार्थ- कित्येक लोकांची श्रीरामांवर श्रद्धा असते; परंतु ज्यांना रावणाच्या गुणांचं कौतुक आहे, असेही काही लोक आपल्याला भेटतील. ज्यांना लाखो लोकांच्या हत्येस कारणीभूत ठरलेला हिटलर नायक वाटतो, असेही काही लोक या जगात आहेत. काही लोकांना चित्रपटातील नायकापेक्षा खलनायकाचाच अभिनय जास्त आवडत असतो आणि त्याच्याच विशिष्ट लकबींचं ते अनुकरण करत असतात.

आपलं अंतःकरण कसं आहे आणि आपली श्रद्धा कशी आहे, हे

आपल्या सहजच लक्षात येऊ शकतं. आपण जेव्हा आपल्या मोबाइलमधील यूट्यूब ॲप उघडतो, तेव्हा बऱ्याच व्हिडीओंची एक यादीच आपल्यासमोर येते. समजा, त्यातील एक व्हिडिओ विश्वशांतीच्या प्रार्थनेचा असेल तर, दुसऱ्या व्हिडीओत शत्रुदेशावर हल्ला करून त्यांना अद्दल घडविण्याविषयी एका नेत्याचं प्रभावी भाषण असतं. एका व्हिडीओत व्यापार भरभराटीस कसा आणायचा याबद्दलचा संदेश असतो, तर दुसऱ्या व्हिडीओत आपल्या राशीच्या लोकांना दिवस शुभ जाण्यासाठी काही तोडगे सुचविलेले असतात. अश्लील नृत्य-गायन आणि उथळ मनोरंजनाचेही काही व्हिडीओ असतात. तर आता सांगा, यातील कोणत्या व्हिडीओवर क्लिक करून तो पाहायला तुम्हाला अधिक आवडेल? कारण, तुमचं अंतर्मन आणि तुमच्यातील श्रद्धा कशी आहे, हे त्यावरूनच समजू शकेल.

आपला मूळ स्वभाव जसा असेल, तसेच लोक आपले आदर्श असतील आणि तसेच आपले मित्रही असतील. आपल्याला तशाच गोष्टी ऐकायला व पाहायला आवडतील. आपल्याला त्याच स्थळांवर जायला आवडेल आणि तशाच गुणांवर, लोकांवर, देवी-देवतांवर आपली श्रद्धा असेल. म्हणूनच कोणत्याही मनुष्याविषयी त्याच्या आवडीनिवडी, त्याची मित्रमंडळी, त्याचे आदर्श, त्याला आवडणारं व्यक्तित्व इत्यादी गोष्टी समजून घेतल्या तर, तो मनुष्य स्वतः कसा आहे याचा अंदाज लावता येऊ शकतो. हीच गोष्ट सांगताना श्रीकृष्ण म्हणतात, 'मनुष्यात जशा प्रकारची श्रद्धा असते, तसाच तो स्वतःही असतो.'

४

श्लोक अनुवाद : सात्त्विक लोक हे देव-देवतांचं पूजन करतात, राजस लोक यक्ष-राक्षसांचं; तर इतर लोक, जे तामसी असतात, ते प्रेत व भूतगणांचं पूजन करतात।।४।।

गीतार्थ : सर्वसाधारणपणे प्रत्येक मनुष्यात सत्त्व, रज, तम यापैकी कोणत्यातरी एका गुणाचं प्राबल्य असतं. एक तर त्याची प्रवृत्ती सात्त्विक असू शकते किंवा रजोगुणी अथवा तमोगुणी. त्याचप्रमाणे आपापल्या प्रवृत्ती अथवा स्वभावानुसार प्रत्येकाची श्रद्धादेखील सात्त्विक, राजस किंवा तामस अशा वर्गात मोडते. श्रीकृष्ण म्हणतात, ''सात्त्विक लोक देवतांचं पूजन करतात. देवता म्हणजे दैवी गुणांनी युक्त. म्हणजेच यांची श्रद्धा सात्त्विक गुणांचे लोक आणि देवतांवर असते, केवळ उच्च चेतनेचे लोकच त्यांचे आदर्श असतात.''

असे लोक यूट्यूब अथवा टीव्हीवर इतर अनेक आकर्षक कार्यक्रम असले तरी त्याकडे दुर्लक्ष करून त्याऐवजी एखादा सकारात्मक, चेतनेची वृद्धी करणारा, सत्यसंदेश असलेलाच कार्यक्रम पाहतील, ऐकतील. त्यांनी व्हॉट्सअॅपवरून एखादा मेसेज जरी शेअर केला, तरी तो वाचून आपल्या चेतनेत वाढच होईल. आपल्या मनात सत्यविषयी विचार जागृत होतील. असे लोक सात्त्विक देवतांचं पूजन करतात आणि सत्यप्राप्तीसाठी भक्ती करतात.

श्रीकृष्ण पुढे म्हणतात, ''राजसी लोक यक्ष आणि राक्षसांचं पूजन करतात.'' पुराणग्रंथांमध्ये यक्ष ही धनसंपत्तीची देवता मानली जाते. धनाचे स्वामी कुबेर हेदेखील एक यक्षच होत. राजसी स्वभावाचे लोक अशाच शक्तींविषयी आस्था बाळगून त्यांची पूजा करतात. ज्या त्यांच्या प्रापंचिक इच्छापूर्ती करू शकतात. शिवाय त्यांना प्रापंचिक यश, धन-संपत्ती इत्यादी देऊ शकतात. त्यांच्यासमोर जर दोन पर्याय ठेवले आणि त्यांना सांगितलं, की 'पहिल्या पर्यायानुसार पूजन केल्यास तुम्हाला आत्मसाक्षात्काराची प्राप्ती होईल आणि दुसऱ्या प्रकारच्या पूजनाने धनसंपत्तीचा लाभ होईल,' तर नक्कीच ते दुसऱ्या प्रकारे पूजन करतील. त्यांचे नायक आणि आदर्शसुद्धा असेच लोक असतात, ज्यांनी पुष्कळ धन-संपत्ती प्राप्त केली आहे, प्रापंचिक यश मिळवलं आहे. अशाच लोकांचं म्हणणं ऐकायला त्यांना आवडतं,

अध्याय १७ : ४

त्यामुळे ते प्रभावित होतात आणि तसंच आयुष्य जगण्याचा प्रयत्न करतात.

तामसी मनुष्याविषयी श्रीकृष्ण म्हणतात, 'ते भूत-प्रेत, पिशाच यांची पूजा करतात.' तामसी प्रवृत्ती असलेले लोक केवळ स्वतःच्या फायद्यासाठीच नव्हे, तर इतरांचं नुकसान व्हावं म्हणूनही कार्यरत असतात. त्यांची श्रद्धाही अशाच तामसी शक्ती, भूत-पिशाच आदींवर असते, ज्या त्यांना चुकीच्या कार्यातही यश मिळवून देऊ शकततात. ते जप-तप, पूजा-अर्चा, होम-हवन सर्व काही करतात; परंतु कोणत्या मंगल कार्यासाठी नव्हे, तर इतरांचं अमंगल व्हावं, त्यांचं नुकसान व्हावं यासाठीच त्यांचा हा सारा खटाटोप असतो. या जगात असेही काही लोक असतात, ज्यांना कुकर्म करणाऱ्या खलनायकातच नायक दिसत असतो, तोच त्यांना भावतो. अशा लोकांची आवड-निवडही नेहमी हीन दर्जाचीच असते. ते अशाच लोकांच्या भाषणांनी उत्तेजित, प्रेरित होतात, जे समाजात जातीयवाद, तिरस्कार पसरवतात; दंगे-हिंसाचार घडवून आणतात.

आता आपण स्वतःचंच अवलोकन करून बघा, आपण कोणाला पूजतो? कोणाचं ऐकतो? आपली श्रद्धा कोणत्या श्रेणीत मोडते? कारण 'जशी आपली श्रद्धा, तसेच आपण.' समजा, एखाद्या व्यक्तीला कोणी सांगितलं, की 'तुम्ही तर राक्षसांना आदर्श मानणारे लोक आहात,' तर त्या व्यक्तीला प्रचंड राग येईल, ती व्यक्ती संतापेल. परंतु प्रत्यक्षात त्यांना जे लोक आवडत असतात, ते तर राक्षसी प्रवृत्तीचेच लोक असतात, ज्यांचं अनुकरण करून ते स्वतःलाही तसंच घडवण्याचा प्रयत्न करत असतात.

म्हणूनच आपल्या आदर्शांची निवड करताना आपण अत्यंत सावध असायला हवं. बेसावधपणे कोणत्याही गोष्टीने प्रभावित होऊ नये. आपण जर कोणाच्या वरवरच्या बोलण्याने, त्याच्या भाषणबाजीने प्रभावित होऊन हुरळून जात असाल, त्याच्या प्रभावाखाली येऊन त्याला समर्पित होत असाल, त्याच्याविषयी श्रद्धा-आस्था बाळगत असाल, तर आधी त्याची

प्रवृत्ती बघा. ती व्यक्ती खरोखरच आदर्श बनण्याच्या पात्रतेची आहे का, याची पडताळणी करा. कारण तेच आपलं भविष्य आहे, आपणही तसंच घडणार आहोत.

५-६

श्लोक अनुवाद : आणि हे अर्जुना! जे लोक शास्त्रविधीशिवाय केवळ मनमानीपणानेच उग्र तपसाधना करतात; तसंच दंभ, अहंकार, इच्छा-आकांक्षा, आसक्ती आणि शक्तीच्या अहंकारानेही युक्त असतात।।५।।

तसंच, जे देहरूपात असलेल्या या भूतसमुदायाला आणि अंतःकरणात स्थित असणाऱ्या मज परमात्म्यालाही कृश (कमकुवत) करणारे असतात, त्या अज्ञानी लोकांना तू असुरी स्वभावाचेच जाण।।६।।

गीतार्थ : आतापर्यंत आपल्या हे लक्षात आलंच असेल, की आपलं शरीर हेच ईश्वराचं मंदिर आहे, तेच माध्यम आहे. या जगातल्या प्रत्येक जिवाच्या शरीरात वसलेला जीवात्मा हा एक ईश्वरच आहे. अशा स्थितीत जर कोणी स्वतःच्या अथवा इतरांच्या शरीराला त्रास दिला, त्याला हानी पोहोचवली, तर वास्तविक ईश्वरालाच तो त्रास होत असतो. तरीही या जगात इतकं अज्ञान पसरलेलं आहे, की मनुष्य आपल्या इच्छांच्या पूर्ततेसाठी कितीही हीन पातळीपर्यंत जाऊ शकतो. 'आपण जसं स्वतःला किंवा इतरांना त्रास देऊन आपलं म्हणणं मान्य करण्यासाठी त्यांना विवश करू शकतो, तसंच ईश्वराबाबतही करता येऊ शकतं,' असाच विचार तो करतो. कारण त्याच्यासाठी तो स्वतः आणि ईश्वर हे एकच नसून, या दोन वेगवेगळ्या गोष्टी असतात.

लोकांनी आपल्या प्रापंचिक इच्छांच्या पूर्ततेसाठी, सिद्धी प्राप्त करण्यासाठी जप-तप-यज्ञादी अशी काही कर्मकांडं विकसित केली आहेत, ज्याद्वारे ते स्वतःच्या शरीराला कष्टवत असतात किंवा बळी वगैरे

अध्याय १७ : ५-६

देत असतात. जसं, कधी उपवास करणे, कधी कडाक्याच्या थंडीतही थंड पाण्यात उभं राहून किंवा उन्हाळ्यात अग्निकुंडाजवळ बसून तपश्चर्या करणे; रुधिराभिषेक, आपल्या अवयवांचं बलिदान देणं, नरबळी किंवा पशुबळी देणं इत्यादी. असं केल्याने ईश्वर आपल्याला प्रसन्न होईल, असंच त्यांना वाटतं. परंतु वास्तवात असं करून ते ईश्वरापासून दूरच जात असतात.

श्रीकृष्ण म्हणतात, ''असे दांभिक, गर्विष्ठ, वासनालोलुप आणि आपल्या शक्तीच्या अहंकाराने 'मी असं करू शकतो' असं म्हणणारे अज्ञानी लोक हे असुरी प्रवृत्तीचेच असतात. ते ज्याला पूजा समजतात, वास्तविक ते अज्ञान व पापाशिवाय अन्य काही नसतंच. ते आपल्यातील या चुकीच्या धारणेमुळे आपल्यातील 'स्व'लाच त्रास देत राहतात.

तुम्ही अशा अनेक पुराणकथा वाचल्या-ऐकल्या असतील, ज्यांत असुरी लोकांनी कठोर तपश्चर्या करून दैवी शक्तींना प्रसन्न करून घेतलं. त्यांच्याकडून मनोकामना पूर्ण होण्याचं वरदान मागितलं. पण त्यांना आपल्यातील विकार आणि अहंकारावर नियंत्रण मिळविता आलं नाही. उलट वरदानाच्या प्राप्तीनंतर ते आणखी उन्मत्त, अहंकारी आणि विकारी बनले. त्यांना वाटलं, की आपण महाशक्तिशाली झालो आहोत; पण त्यांचा अंत कसा झाला, हे तर आपणा सर्वांस ठाऊकच आहे. रावण, हिरण्यकशिपू, महिषासुर, कंस, कालनेमी, जालंधर हे असेच कठोर तपश्चर्या करणारे; असुरी प्रवृत्तीचे तपस्वी होते, जे अंतकाळी सत्यापासून दूर होऊन अज्ञानाच्या अंधकारातच मृत्यूला प्राप्त झाले.

अध्याय १७ : ५-६

● मनन प्रश्न :

१. कोणत्या प्रकारच्या लोकांचं ऐकायला आपल्याला आवडेल? आपले आदर्श कोण आहेत? आपण त्यांची गणना सत्त्व, रज, तम यांपैकी कोणत्या श्रेणीत कराल, यावर मनन करा.

२. आपल्यातील श्रद्धा कोणत्या प्रकारची आहे, तिला अधिकाधिक सात्त्विक बनविण्यासाठी कोणते प्रयत्न कराल? यावर मनन करा.

भाग २
आहार आणि यज्ञाचे प्रकार
॥ ७-१३ ॥

अध्याय १७

आहारस्त्वपि सर्वस्य त्रिविधो भवति प्रियः। यज्ञस्तपस्तथा दानं तेषां भेदमिमं श्रृणु ।।७।।

आयुः सत्त्वबलारोग्य सुखप्रीतिविवर्धनाः। रस्याः स्निग्धाः स्थिरा हृद्या आहाराः सात्त्विकप्रियाः ।।८।।

कट्वम्ललवणात्युष्णतीक्ष्णरूक्षविदाहिनः। आहारा राजसस्येष्टा दुःखशोकामयप्रदाः ।।९।।

यातयामं गतरसं पूति पर्युषितं च यत्। उच्छिष्टमपि चामेध्यं भोजनं तामसप्रियम् ।।१०।।

अफलाकाङ्क्षिभिर्यज्ञो विधिदृष्टो य इज्यते। यष्टव्यमेवेति मनः समाधाय स सात्त्विकः।।११।।

अभिसन्धाय तु फलं दम्भार्थमपि चैव यत्। इज्यते भरतश्रेष्ठ तं यज्ञं विद्धि राजसम् ।।१२।।

विधिहीनमसृष्टान्नं मन्त्रहीनमदक्षिणम्। श्रद्धाविरहितं यज्ञं तामसं परिचक्षते।।१३।।

७

श्लोक अनुवाद : आणि हे अर्जुना! श्रद्धा ही जशी तीन प्रकारची असते, तसंच भोजनही सर्वांना आपापल्या प्रकृतीनुसार तीन प्रकारचंच प्रिय असतं. यज्ञ, तप आणि दान यांचेही तीन-तीन प्रकार आहेत. त्यांच्यातील निरनिराळे भेद तू आता माझ्याकडून ऐक.॥७॥

गीतार्थ : या आधीच्या श्लोकांत श्रीकृष्णांनी अर्जुनाला श्रद्धेचे तीन प्रकार सांगितले. तसंच, मनुष्याचा आहार आणि त्याच्याकडून केल्या जाणाऱ्या यज्ञ, तप, दान या क्रियासुद्धा तीन प्रकारच्या असतात, ज्या मनुष्याच्या प्रकृतीवरच अवलंबून असतात. जसा मनुष्य, तशी त्याची श्रद्धा; तसाच त्याचा आहार आणि तसंच त्याच्याकडून केलं जाणारं यज्ञ, तप, दानादी कर्म असतं. पुढील काही श्लोकांत आपण याच प्रकारांबद्दल विस्तृतपणे जाणून घेऊया.

८-१०

श्लोक अनुवाद : आयुष्य, बुद्धी, बल, आरोग्य, सुख आणि प्रीती वाढविणारा; रसयुक्त, स्निग्ध आणि स्थिर राहणारा* तसंच स्वाभाविकपणे मनास प्रिय वाटणारा असा आहार, म्हणजेच भोजनाचे पदार्थ सात्त्विक लोकांना प्रिय असतात.॥८॥

तर कडवट, आंबट, खारट, उष्ण, तिखट, कोरडे, दाह-जळजळ निर्माण करणारे; तसंच दुःख, चिंता आणि रोग उत्पन्न करणारे पदार्थ राजस लोकांना प्रिय असतात.॥९॥

तसंच जे भोजन अपक्व, रसहीन, शिळं, दुर्गंध येणारं आणि उष्टं असतं, त्याचप्रमाणे जे अपवित्रही असतं, ते भोजन तामसी लोकांना आवडतं.॥१०॥

गीतार्थ : प्रस्तुत तीन श्लोकांद्वारे श्रीकृष्ण आपल्या आहाराविषयी सांगत आहेत. मनुष्याची मूळ प्रकृती जशी असते, तसाच आहार त्याला आवडत असतो. जो

---

* ज्या भोजनातील सत्त्व शरीरात बराच काळ राहतं, त्याला 'स्थिर राहणारा' असं म्हणतात.

आहार आपल्या शरीराला उत्तमप्रकारे ऊर्जा प्रदान करू शकेल व आपली बुद्धी, बल, आरोग्य, सुख, प्रेम आणि आयुर्मान यांत वृद्धी घडवेल, तसंच जो आहार सुपाच्य, रसयुक्त, संतुलित आणि ताजा असेल, असाच आहार सत्त्वगुणी मनुष्याला आवडतो. सात्त्विक मनुष्य सात्त्विक आहारच ग्रहण करतो. त्यात शरीरास अपायकारक असे अत्याधिक मसालेदार, तेलकट, चमचमीत पदार्थ नसतात. तो शरीरपोषणासाठी आवश्यक तितकंच अन्न खातो, स्वादाच्या आहारी जाऊन अती खात नाही. तो भोजनाला ईश्वराचा प्रसाद समजून त्याला धन्यवाद देत, पूर्ण समाधानाने ते ग्रहण करतो.

रजोगुणी मनुष्याला त्याच्यातील रजोगुणास पोषक, त्याला इन्स्टंट एनर्जी देऊ शकतील असे कडवट, आंबट, खारट, उष्ण, तिखट, कोरडे, दाहकारक (असा आहार, जो मनुष्याला शांत बसू देत नाही) पदार्थच अधिक प्रिय असतात.

श्रीकृष्ण म्हणतात, "अशा आहाराचा शरीराबरोबरच मनावरही चुकीचा परिणाम होतो. असा आहार हा दुःख, चिंता, रोग निर्माण करणारा असतो." आपण जर आपल्या आसपासच्या लोकांवर एक नजर टाकली, तर आपल्या लक्षात येईल, की रजोगुणी लोक हे सतत चहा-कॉफीसारखी उत्तेजक पेयं घेत असतात, कारण त्यातून त्यांना झटपट ऊर्जा, उत्साह मिळाल्यासारखं वाटतं. जेवतानाही ते घाईघाईतच खात असतात. अशी प्रवृत्ती असलेले लोक बहुधा कामाविषयीच बोलत, लॅपटॉप अथवा मोबाईल पाहत, घाईघाईत घास तोंडात कोंबत असतात. कारण जेवण लवकरात लवकर संपवून त्यांना पुन्हा आपल्या कामावर रुजू व्हायचं असतं. अशा लोकांना चटकदार, खमंग आणि पचायला जड, चमचमीत असं फास्ट फूड, जंक फूडच खायला आवडतं. मग अशा पदार्थांमुळे त्यांना उच्च रक्तदाब, ताण-तणाव, नैराश्यग्रस्तता, लठ्ठपणा, मधुमेह यांसारख्या आजारांना सामोरं जावं लागतं.

तमोगुणी लोकांनाही त्यांच्या प्रकृतीनुसार तामसी आहारच आवडतो. हे अशा प्रकारचं भोजन असतं, जे त्यांच्यातील तमोगुणाला प्रेरित करतं; त्यांच्यातील तंद्रा, आळस, सुस्ती वाढवतं. तामसी भोजन हे अर्धपक्व, रसहीन, शिळं, दुर्गंध येणारं आणि उष्टं असतं. यात मांस, मद्य (मादक पदार्थ) यांचाही समावेश असतो. सात्त्विक लोकांच्या दृष्टिकोनातून अभक्ष्य, अपवित्र समजलं जाणारं भोजन, हे तामसी लोकांच्या खूप आवडीचं असतं. त्यामुळे त्यांच्यात काही विकारही बळावतात.

११-१३

श्लोक अनुवाद : हे अर्जुना! जो शास्त्रविधीने नेमून दिलेला आहे आणि यज्ञ करणं हे कर्तव्यच आहे, असं मनाचं समाधान करतो, फळाची कोणतीही अपेक्षा न करणाऱ्या लोकांकडून केला जातो, तो सात्त्विक यज्ञ होय।।११।।

परंतु हे अर्जुना, केवळ दिखाव्यासाठी किंवा फळाची इच्छा मनाशी बाळगून, तेच उद्दिष्ट नजरेसमोर ठेवून जो यज्ञ साकारला जातो, त्या यज्ञास तू राजस यज्ञ समज।।१२।।

तसंच, शास्त्रविधिविहीन, अन्नदान न करता, मंत्रोच्चारांशिवाय, कोणतीही दक्षिणा न देता आणि श्रद्धा असल्याशिवाय, केवळ कर्मकांड म्हणून जो यज्ञ केला जातो, त्या यज्ञाला तामस यज्ञ असं म्हणतात।।१३।।

गीतार्थ : हिंदू धर्मात यज्ञपरंपरा ही प्रारंभापासूनच आहे. शास्त्रांमध्ये यज्ञकर्मास मानवाचं कर्तव्यकर्म म्हटलं गेलं आहे. श्रीकृष्णांनी यज्ञासमुद्धा सात्त्विक, राजसी आणि तामसी अशा तीन श्रेणींत विभाजित केलं आहे. प्रस्तुतच्या तीन श्लोकांद्वारे आता आपण यज्ञाचे हे तीन प्रकार समजून घेऊया. सर्वसाधारणतः यज्ञ करतेवेळी देवतांना आवाहन करून, त्यांना आहुती समर्पित केल्या जातात आणि त्यांच्याकडे प्रार्थना केली जाते. यज्ञ करण्याचा विधी कोणताही असो; मुळात तो काही ना काही उद्देश बाळगून,

अध्याय १७ : ११-१३

काहीतरी संकल्प करूनच केला जातो. आपला हा संकल्प आणि उद्देशच तो यज्ञ सात्त्विक आहे, राजसी आहे की तामसी, हे ठरवत असतो.

श्रीकृष्ण म्हणतात, ''जो यज्ञ शास्त्रविधिपूर्वक आणि केवळ कर्तव्यकर्म समजून, 'अकर्ता' भावाने केला गेला आहे, ज्याच्या आयोजनामागे कोणताही वैयक्तिक स्वार्थ दडलेला नाही, असा यज्ञ सात्त्विक असतो. कारण तो करणाऱ्या यजमानांचा भाव सात्त्विक असतो. जो यज्ञ अथवा कोणतीही प्रार्थना, पूजादी कर्म निःस्वार्थ भावाने, सर्वांच्या उत्कर्षासाठी, विश्वकल्याणाची मंगल भावना बाळगून केलं जातं, ते नक्कीच 'सात्त्विक यज्ञ' या वर्गात मोडतं.''

समजा, एका मंदिरात यज्ञविधी सुरू आहे. तिथे एक मोठा फलक लावलेला असतो, 'विश्वशांती आणि सद्भावनेसाठी यज्ञाचं आयोजन'. हा यज्ञ पूर्णपणे शास्त्रोक्त विधिविधानानुसार केला जात असला, तरीही तो सात्त्विक असेलच असं नाही. कारण आपण किती महान आहोत हे लोकांना समजावं, समाजात आपला नाव-लौकिक वाढावा, आपली प्रतिष्ठा वाढावी, वर्तमानपत्रांतून आपल्याला प्रसिद्धी मिळावी आणि लोकांनी म्हणावं, 'पाहा, यांना जगाची किती चिंता आहे;' आणि मग याच प्रतिष्ठेच्या बळावर पुढच्या निवडणुकीत तिकीट मिळवावं, असाही या यज्ञकर्त्या यजमानाचा अंतर्गत हेतू असू शकतो.

अर्थात, या यज्ञाच्या आयोजनामागे व्यक्तिगत महत्त्वाकांक्षा, तसंच दांभिक आचरणही असू शकतं आणि असं जर असेल तर तो यज्ञ म्हणजे राजसी यज्ञ ठरेल. श्रीकृष्ण म्हणतात, ''जो यज्ञ केवळ दंभाचरणाने किंवा कोणत्यातरी व्यक्तिगत लाभासाठी अथवा फळाची अपेक्षा बाळगून केला जातो, त्या यज्ञाला तू राजसी यज्ञ समज.''

त्याचप्रमाणे ज्या यज्ञाच्या आयोजनामागील भाव वाईट असतात, जो कोणाला तरी त्रास देण्याच्या हेतूने अथवा त्याचं नुकसान करण्यासाठी केला

अध्याय १७ : ११-१३

जातो; जो शास्त्रविधीरहित, दानरहित असतो; कोणत्याही मंत्रोच्चाराशिवाय, दक्षिणेशिवाय आणि श्रद्धेशिवायच केला जातो, त्या यज्ञास तामसी यज्ञ असं म्हटलं जातं.

आतापर्यंत जे ज्ञान मिळालं, त्याची सांगड घालून पाहिल्यास आपल्या लक्षात येऊ शकेल, की या अध्यायात श्रीकृष्णांनी मनुष्यातील श्रद्धा, त्याचा आहार आणि यज्ञ याविषयीचं विवेचन केलं आहे. यज्ञ याचा अर्थ कर्म असाही आपण घेऊ शकतो. मनुष्य क्षणोक्षणी कर्मरूपी यज्ञच तर करतोय, ज्याच्यामागे कोणता न कोणता व्यक्तिगत अथवा अव्यक्तिगत भाव दडलेला असतो. जसं ज्याचं अंतर्मन, तशीच त्याची विचारसरणी आणि तशीच त्याची श्रद्धा असते. म्हणजेच तो ज्या दृष्टिकोनातून पाहील, ऐकेल तसंच अनुकरण करेल; तशाच प्रकारचा आहार त्याला आवडेल आणि तसंच कर्म तो करेल. यालाच आपण असंही म्हणू शकतो, की मनुष्य जसा विचार करेल, ऐकेल, पाहील, अन्न ग्रहण करेल आणि जसं कर्म करेल, तसाच तो होतो. म्हणजेच हे एक पूर्ण चक्र आहे. यात जर एखादा मनुष्य निम्नस्तरावर गुंतला, तर तो तिथेच गुंतून राहील.

या दुष्टचक्रातून बाहेर पडण्याचा एकमेव उपाय म्हणजे, मनुष्याने वेळीच सावध होऊन, पूर्ण सजगतेने गीतेतील ज्ञानावर मनन करायला हवं. आत्मविश्लेषण करून आपण आता कोणत्या स्तरावर स्थिरावलेले आहोत, हे बघायला हवं. अशा प्रकारे हळूहळू आपले विचार, आहार आणि कर्मांमध्ये सुधारणा करत राहून सात्त्विकतेच्या दिशेने अग्रेसर व्हायला हवं.

अध्याय १७ : ११-१३

● मनन प्रश्न :

१. आपल्याला कोणत्या प्रकारचा आहार आवडतो? तो आपल्यात सत्त्व, रज, तम यांपैकी कोणत्या गुणांची वृद्धी करतो, यावर मनन करा.

२. तुम्ही जी प्रार्थना, पूजा वगैरे करता, त्यामागे कोणती भावना असते आणि ती कोणत्या श्रेणीत मोडते याविषयी आत्मचिंतन करा.

भाग ३
तपाचे प्रकार
॥ १४-१९ ॥

अध्याय १६

देवद्विजगुरुप्राज्ञपूजनं शौचमार्जवम्। ब्रह्मचर्यमहिंसा च शारीरं तप उच्यते ।।१४।।

अनुद्वेगकरं वाक्यं सत्यं प्रियहितं च यत्। स्वाध्यायाभ्यसनं चैव वाङ्मयं तप उच्यते ।।१५।।

मनः प्रसादः सौम्यत्वं मौनमात्मविनिग्रहः। भावसंशुद्धिरित्येतत्तपो मानसमुच्यते ।।१६ ।।

श्रद्धया परया तप्तं तपस्तत्त्रिविधं नरैः। अफलाकाङ्क्षिभिर्युक्तैः सात्त्विकं परिचक्षते ।।१७।।

सत्कारमानपूजार्थं तपो दम्भेन चैव यत्। क्रियते तदिह प्रोक्तं राजसं चलमध्रुवम् ।।१८।।

मूढग्राहेणात्मनो यत्पीडया क्रियते तपः। परस्योत्सादनार्थं वा तत्तामसमुदाहृतम् ।।१९।।

१४

श्लोक अनुवाद : हे अर्जुना! देव, ब्राह्मण, गुरू व ज्ञानी विद्वज्जन यांचं पूजन, पावित्र्य, सरळपणा, ब्रह्मचर्य आणि अहिंसा यांस शारीरिक तप म्हटलं जातं।१४।।

गीतार्थ : श्रद्धा, आहार आणि यज्ञ (कर्म) यानंतर या श्लोकात श्रीकृष्ण मनुष्याद्वारे आचरणात येणारी विविध तपं आणि त्यांच्या प्रकारांबद्दल सांगत आहेत. तप या शब्दाचा शब्दशः अर्थ प्रकाश अथवा प्रज्वलन असा होतो. मात्र याचं मर्म समजून घेतलं तर ही अशी प्रक्रिया आहे, जी पार पाडल्यानंतरच पार करणाऱ्याची शुद्धता वाढते, तो आधीपेक्षा उत्तम बनतो, उजळतो. त्याच्यामध्ये नवीन आणि चांगले गुण विकसित होतात. जसं, भट्टीत घातलेलं सोनं उजळून निघतं, शुद्ध होतं, तसं ईश्वरप्राप्तीकरिता साधक एकाग्र होऊन, ठामपणे आणि सातत्यपूर्ण कार्य करतो, खरंतर त्यालाही तपच म्हणतात. या जगात जेव्हा कोणीही, कोणत्या तरी विशेष उद्देशपूर्तीसाठी संपूर्ण एकाग्रतेने आणि मनःपूर्वक काम करतो, तेव्हा 'तो मोठी तपस्या करतोय,' असाच याचा अर्थ होतो.

या श्लोकात श्रीकृष्ण शरीराद्वारे केल्या जाणाऱ्या तपावर प्रकाशझोत टाकताना म्हणतात, ''देवता, ब्राह्मण, गुरू आणि ज्ञानी लोकांचं पूजन, पावित्र्य, सरळता, ब्रह्मचर्य आणि अहिंसा ही शारीरिक तपं असतात.'' इथे 'देवता' याचा अर्थ असे लोक, ज्यांच्या चेतनेची पातळी उंचावलेली आहे, ज्यांच्यात दैवी गुणांचा समावेश झालाय, जे मनाने निर्मळ आणि प्रामाणिक आहेत. 'ब्राह्मण' हेही एखाद्या विशिष्ट जातीचं नाव नाही किंवा एखाद्या विशिष्ट जातीत जन्माला आल्यामुळेच स्वतःला ब्राह्मण म्हणवून घेण्याचा अधिकार कोणाला प्राप्त होत नाही. ब्राह्मण तोच असतो, जो ब्रह्मात म्हणजे परमेश्वरात रमण करत असतो. त्यातच लीन झालेला असतो, जो व्यक्तिगतदृष्ट्या अहंकाररहित झालेला असतो. जे आपल्याला अशा 'ब्राह्मण' अवस्थेपर्यंत पोहोचवतात ते 'गुरू'! आणि ज्याला ईश्वर आणि त्याच्या लीलांचा बोध होतो, ते उच्च ज्ञान प्राप्त झालेलं असतं, आत्मज्ञान प्राप्त होतं तो 'ज्ञानी'.

श्रीकृष्ण म्हणतात, ''अशी उच्च चेतना असलेल्या मनुष्याचं पूजन करणं म्हणजेच तप होय. इथे पूजन करणं याचा अर्थ त्यांची पूजा-अर्चा करणं, त्यांची

अध्याय १७ : १५

आरती ओवाळणं असा होत नाही, तर त्यांना मान-सन्मान देणं, त्यांचं अनुकरण करणं, त्यांच्यातील सद्गुण आत्मसात करणं आणि आपली चेतना त्यांच्यासारखीच करण्याचा प्रयत्न करणं, असा होतो. त्याचप्रमाणे आपलं शरीर, विचार आणि कर्म यांतील पावित्र्य टिकवून ठेवणं, व्यवहारात प्रामाणिकपणा असणं, प्राणिमात्रांविषयी अहिंसेचे भाव बाळगणं आणि काया, वाचा, मन यांद्वारे कोणतंही हिंसक कार्य न करणं, हेसुद्धा शारीरिक तपच होय.

याव्यतिरिक्त ब्रह्मचर्यालादेखील शारीरिक तपच म्हटलं गेलं आहे. 'ब्रह्मचर्य' याचा अर्थ लोक अगदी उथळपणे घेतात. त्यांना वाटतं, जो अविवाहित राहतो, अथवा कोणाशीही शारीरिक संबंध प्रस्थापित करत नाही, तो ब्रह्मचारी. खरंतर असं नाही. एक मात्र खरं, की ब्रह्मचर्यावस्था प्राप्त करण्यासाठी मन आणि इंद्रियं यांवरील संयम अत्यावश्यक असतो. त्यामुळेच लोकांनी याचा संबंध शरीरसंबंधाच्या त्यागाशी जोडला. ब्रह्मचर्य याचा खरा अर्थ आहे, ब्रह्मातच मग्न असणं, त्यातच रममाण होऊन वावरणं. एखाद्याला जेव्हा आत्मसाक्षात्कार होतो, त्याचा अहंकार आत्मतत्त्वात, त्या ईश्वरीय अनुभूतीत विलीन होऊन जातो, तेव्हा त्याला ब्रह्मचारीच समजावं. मग भलेही तो गृहस्थ प्रापंचिक असो. संत कबीर, राजा जनक हे असेच प्रापंचिक होते, पण तरीही त्यांना ब्रह्मचारी म्हणता येईल. कारण त्यांनी त्या ब्रह्मावस्थेत लीन होऊनच आपापल्या प्रापंचिक जबाबदाऱ्या पार पाडल्या.

१५

श्लोक अनुवाद : दुसऱ्याला न बोचणारं, मधुर, हितकर, तसंच यथार्थ असं जे संभाषण असतं ते आणि वेदशास्त्रांचं अध्ययन, तसंच परमेश्वराच्या नामजपातील सातत्य, यालाच वाणीचं तप असं म्हटलं जातं॥१५॥

गीतार्थ : मनुष्याची वाणी हे त्याच्याकडील एक असं साधन आहे, ज्याद्वारे तो आपलं म्हणणं, आपले विचार इतरांपर्यंत पोहोचवू शकतो. वाणीत खूप मोठी शक्ती असते. आपण जर विचार न करता बोलत राहिलो किंवा

अध्याय १७ : १५

अनावश्यक बडबड करत राहिलो, तर ही शक्ती आपलंच नुकसान करते. या शक्तीच्या दुरुपयोगाने आपलं खूप नुकसान होऊ शकतं. आपल्या सामाजिक संबंधांत वितुष्ट येऊ शकतं, आपल्या कामांत व्यत्यय येऊ शकतो. 'एकवेळ तलवारीने केलेला घाव भरून येईल, परंतु वाणीद्वारे झालेला घाव मात्र कधीही भरून येत नाही,' असं जे म्हणतात, ते काही खोटं नव्हे. एखाद्याच्या शब्दाने झालेला घाव लोकांच्या मनात वर्षानुवर्षं ताजा राहतो. द्रौपदीच्या एका टोमण्याने दुर्योधन इतका दुखावला गेला, की संधी मिळताच त्याने द्रौपदीला अत्यंत अपमानित केलं, परिणामी महाभारताच्या युद्धाचं बीजारोपण झालं.

तात्पर्य, प्रत्येकाने आपल्या वाणीचा सुयोग्य आणि संयमितपणेच उपयोग करायला हवा. असं करण्यालाच 'वाणीचं तप' असं म्हटलं जातं. श्रीकृष्ण या श्लोकाद्वारे सांगतात, 'आपले शब्द असे असावेत, ज्यांद्वारे कोणालाही उद्वेग होणार नाही.' म्हणजेच आपल्या शब्दांनी कोणालाही संताप, त्रास अथवा चिडचिड होणार नाही. आपली भाषा सर्वांना प्रिय आणि मधुर वाटायला हवी, ती इतरांकरिता हितकर असायला हवी. म्हणजेच आपल्या शब्दांनी नेहमी इतरांचं कल्याण, त्यांचं भलंच व्हावं. आपल्या मुखातून इतरांकरिता केवळ आशीर्वाद, प्रार्थना, शुभेच्छाच निघाव्यात; कधीही कोणासाठी निंदा, शिव्याशाप, चुगली-चहाडी, टोमणे वगैरे निघू नयेत.

आपल्या मुखातून निघालेली प्रत्येक गोष्ट ही यथार्थ म्हणजे योग्य आणि सत्य संभाषण असायला हवी. मन-इंद्रियांद्वारे जशी अनुभूती घडली असेल, अगदी तशीच असावी. त्यात कोणतीही सरमिसळ असता कामा नये. कोणतीही गोष्ट तिखट-मीठ लावून, त्यातील काही भाग दडवून, दिशाभूल होईल अशा तऱ्हेने, चुकीचे संदर्भ देऊन किंवा त्यात काही खोट्या गोष्टी मिसळून सांगणे, हे सर्व प्रकार म्हणजे वाणीची भेसळच होय. याउलट वाणीद्वारे केले गेलेले सत्यप्राप्तीचे प्रयत्न, म्हणजेच वेदशास्त्रांचं पठन, भजन, ईश्वराच्या नाम-जपाचा सराव, इतरांना सत्यविषयक मार्गदर्शन करण्याची सेवा... या गोष्टी म्हणजे वाणीद्वारे केलेलं तपाचरणच होय.

म्हणूनच आपण आपल्या वाणीची शक्ती ओळखायला हवी आणि

अध्याय १७ : १६-१७

वर तप म्हणून उल्लेखलेल्या गोष्टींशिवाय इतर व्यर्थ बडबड करण्यासाठी तिचा कोणताही दुरुपयोग करू नये. जास्तीत जास्त वेळ मौनसाधना करण्याचा प्रयत्न करायला हवा. आपल्या आध्यात्मिक विकासासाठीसुद्धा खऱ्या अर्थाने जास्तीत जास्त मौन राहणं खूपच आवश्यक आहे.

१६-१७

श्लोक अनुवाद : तसंच मनाची प्रसन्नता, शांत भाव, ईश्वरचिंतन करण्याचा स्वभाव, मनाचा निग्रह आणि अंतःकरणातील भावनांची पूर्ण पवित्रता, या साऱ्या प्रकारांना मनासंबंधीचं तप असं म्हटलं जातं।।१६।।

परंतु हे अर्जुना, फळाची इच्छा न करणाऱ्या योगी पुरुषांद्वारे परम श्रद्धेने केलेल्या वर सांगितलेल्या तिन्ही प्रकारच्या तपांना सात्त्विक तप असं म्हणतात।।१७।।

गीतार्थ : शरीर आणि वाणीनंतर क्रमांक लागतो मानसिक तपाचा. हे तप मनाद्वारे, विचारांद्वारे केलं जातं. मनात शांती, आनंद, उत्तम- सकारात्मक विचार, प्रसन्नता आणि पावित्र्य राखणं हे मनाचं तप आहे. आपल्या मनात ईश्वरीय विचार बाळगणं, सत्याविषयीचं चिंतन-मनन करणं आणि मानसिक शुद्धता वाढवत राहणं हेदेखील मनाद्वारे केलं जाणारं तपच आहे. मनाला वाईट गोष्टी आणि मोहमायेपासून परावृत्त करून, सत्यावर केंद्रित करून नियंत्रित ठेवणं हेसुद्धा एका अर्थी मानसिक तपच म्हटलं जातं.

तपाचा प्रारंभ सर्वांत आधी मानसिक पातळीवरूनच होत असतो. मनात जर सत्याविषयीचे, इतरांच्या कल्याणाचे विचार असतील, तरच ते आधी वाणीत आणि मग कर्माद्वारे शारीरिक पातळीवर उतरतात. म्हणून मनाला सत्यश्रवण, पठन व मनन यांचा सराव देणं अत्यावश्यक आहे.

श्रीकृष्ण पुढे म्हणतात, "मागील काही श्लोकांत उल्लेखलेले शरीर, वाणी आणि मनासंबंधीच्या तपाचे हे तीन प्रकार यांनाच सात्त्विक तप असं म्हटलं जातं. परंतु हे सात्त्विक होण्यासाठी आधी त्यांमागील भावनाही

सात्त्विक असणं आवश्यक आहे. म्हणजेच कोणत्याही वैयक्तिक फळाची अपेक्षा न बाळगता परम श्रद्धेने ते करायला हवं.''

१८-१९

श्लोक अनुवाद : जे तप सत्कार, मान व पूजा होण्यासाठी, तसंच इतरही एखाद्या स्वार्थासाठी स्वाभाविकपणे किंवा पाखंडीपणाने केलं जातं, त्या अनिश्चित तसंच क्षणभंगुर फळ देणाऱ्या तपास येथे 'राजस' असं म्हटलं आहे।।१८।।

आणि जे तप मूर्खपणाने, दुराग्रहाने; मन, वाणी आणि शरीरास यातना देऊन किंवा इतरांच्या वाइटाकरिता केलं जातं, त्या तपास 'तामस' असं संबोधलं गेलं आहे।।१९।।

गीतार्थ : सात्त्विक तपानंतर वर्णन येतं ते राजस आणि तामस तपाचं. ज्या तपामागील भावना राजस असेल ते राजस तप आणि ज्यामागील भावना तामस असतील ते तामस तप म्हटलं जातं, हे तर उघडच आहे. श्रीकृष्ण राजस तपाबद्दल सांगताना म्हणतात, 'जे तप बाह्यदृष्ट्या कसंही दिसत असलं, तरी त्याचा उद्देश जर केवळ मान-सन्मान मिळवणं, स्वतःची प्रतिष्ठा वाढवणं, लोकांनी आपलं कौतुक करावं ही इच्छा असणं हाच असेल; ज्याच्या आयोजनामागे कोणता न कोणता स्वार्थच दडलेला असेल, तर ते तप राजस होय.'

आपण कित्येकदा वृत्तपत्रांमध्ये अथवा रस्त्यांवरील होर्डिंग्जमध्ये मोठमोठ्या धार्मिक कार्यक्रमांच्या आयोजनाच्या जाहिराती पाहतो. परंतु त्यात ईश्वरापेक्षा आयोजकांच्या प्रतिमाच अधिक उठावदार आणि ठळक केलेल्या दिसतात. बातम्यांमध्येही दिसतं, की लोक पूजा अथवा आरती करताना स्वतःचे फोटो काढून त्यांद्वारे स्वतःची प्रसिद्धी करतात. निवडणुका जवळ येताच नेतेमंडळी मंदिर, मशिदीच्या चकरा मारू लागतात आणि त्यांच्या या देवदर्शनाच्या बातम्या हेतूपुरस्सर पसरवल्या जातात. अशा

अध्याय १७ : १८-१९

प्रकारचं तप, जे केवळ दिखाव्यासाठी, अहंकाराच्या पोषणासाठी आणि ढोंगीपणाने केलं जातं, त्याला म्हणतात राजस तप. हे ईश्वरप्राप्तीसाठी नाही, तर प्रापंचिक स्वार्थपूर्तीसाठी केलं जातं.

तामसी तप त्याला म्हणतात, जे अज्ञानवश केलं जातं. ते निग्रहाने, एक तर स्वतःला किंवा इतरांना त्रास देऊन केलं जातं. काही लोक इतरांचं वाईट व्हावं म्हणून तप करतात. पण एखाद्याबद्दल मनात द्वेषभावना बाळगणं, इतरांना त्रास देणं, परनिंदा करणं, कुकर्म करणं, एखाद्याचं वाईट व्हावं या उद्देशाने ईश्वराकडे प्रार्थना करणं, एखाद्याच्या कामात अडथळे निर्माण करणं... ही सर्व तामसी तपाची उदाहरणं आहेत.

हल्ली अध्यात्माच्या, देवपूजेच्या (ईश्वर भक्तीच्या) नावाखाली कितीतरी चुकीच्या प्रथा, चुकीची कर्मकांडं आणि अंधविश्वास पसरला आहे. त्यामुळे मानवाची प्रगती होण्याऐवजी, खरंतर अधोगतीच होते. जसं- बळी प्रथा, समज न बाळगता उपाशी राहून शरीरास त्रास देणे, आगीवरून चालणे, आपल्या शरीरावर चाबकाचे फटके मारून घेणे... इत्यादी. लोक अज्ञानामुळे भक्तीच्या नावाखाली अशी कर्मकांडं करतात; परंतु ज्यांना गीतेचं अगाध ज्ञान मिळालंय, किमान त्यांनी तरी अशा तामसी आणि राजसी तपांपासून दूर राहून काया-वाचा-मने सात्त्विक तपाचं आचरण करायला हवं.

● मनन प्रश्न :

१. आपली वाणी कोणत्या प्रकारचं व्रत करते- सात्त्विक, तामसी, की राजस, याकडे आज दिवसभर लक्ष द्या.

२. आपल्या विचारांद्वारे कळत-नकळत कोणत्या प्रकारचं तप अधिक होतं - सात्त्विक, तामसी की राजस, यावर मनन करा.

३. सात्त्विक तपाचरणाची अधिकाधिक सवय स्वतःमध्ये कशी निर्माण करावी, यावरही मनन करा.

भाग ४
दानाचे प्रकार
॥ २०-२२ ॥

अध्याय १७

दातव्यमिति यद्दानं दीयतऽनुपकारिणे। देशे काले च पात्रे च तद्दानं सात्त्विकं स्मृतम् ।।२० ।।

यत्तु प्रत्युपकारार्थं फलमुद्दिश्य वा पुनः। दीयते च परिक्लिष्टं तद्दानं राजसं स्मृतशम् ।।२१ ।।

अदेशकाले यद्दानमपात्रेभ्यश्च दीयते। असत्कृतमवज्ञातं तत्तामसमुदाहृतम् ।।२२ ।।

२०

श्लोक अनुवाद : दान देणं हे कर्तव्यच आहे, अशा भावनेने जे दान, देश, काल आणि योग्य पात्र मिळूनही उपकार न करणाऱ्याला दिलं जातं, त्या दानास सात्त्विक असं म्हटलं गेलं आहे।।२०।।

गीतार्थ : तपाचे प्रकार सांगितल्यानंतर श्रीकृष्ण आता अर्जुनाला दानाच्या प्रकारांविषयी समजावून सांगत आहेत. एखाद्याला दिलेलं दान हे सत्त्व, रज आणि तम यापैकी कोणत्या प्रकारचं आहे, हे दान देण्यामागील भावनेवर अवलंबून असतं. जशी भावना, तसं दान. याशिवाय, दानात काय दिलं जात आहे, कसं दिलं जात आहे आणि केव्हा दिलं जात आहे, हेदेखील दानाची श्रेणी निश्चित करत असतं.

या श्लोकात श्रीकृष्ण सात्त्विक दानाबद्दल समजावताना सर्वांत आधी त्याची अनिवार्यता सांगतात, ''जे दान कर्तव्यभावनेतून दिलं जातं. कोणत्याही वैयक्तिक स्वार्थाशिवाय, 'दान देणं हे कर्तव्यच आहे' असा भाव मनात बाळगून आणि अकर्ता भावनेने दिलं गेलेलं दान हेच सात्त्विक दान असतं.'' त्याचबरोबर त्यांनी या दानाची चार परिमाणं सांगितली आहेत. त्यात प्रथम आहे- देश. दिलं जाणारं दान हे देश म्हणजे त्या स्थानास उपयुक्त असं असायला हवं. समजा, एक विदेशी पर्यटक भारतातील एका छोट्याशा खेड्यात फिरत असतो. तेव्हा तिथे तो एका भुकेल्या, आजारी व वयोवृद्ध महिलेला पाहतो आणि त्याच्या मनात करुणा निर्माण होते. मग त्या महिलेला मदत म्हणून तो तिला शंभर डॉलर्स देतो. इतके पैसे हिला पुरेसे होतील, निदान काही दिवस तरी हिचा उदरनिर्वाह उत्तम प्रकारे होईल, असा विचार करून तो तिथून निघून जातो. परंतु त्या अशिक्षित वृद्धेला ते चलन ठाऊकच नसतं. त्यामुळे ती शहरात जाऊन ते भारतीय चलनात बदलूनही घेऊ शकत नाही. म्हणून ती रक्कम मौल्यवान जरी असली तरी तिच्यासाठी ती निरुपयोगीच ठरते.

खरंतर त्या पर्यटकाने दिलेल्या दानाचं मूल्यही खूप होतं, तसंच त्याची भावनाही सात्त्विक होती आणि दान स्वीकारणारी ती वृद्धाही त्यासाठी पात्र अशीच

अध्याय १७ : २०

होती. मात्र, त्याने स्थळाचं भान राखलं नाही, त्यामुळे त्याने दिलेलं दान त्या वृद्धेच्या उपयोगी पडू शकलं नाही आणि ते निष्फळ ठरलं. श्रीकृष्ण म्हणतात, "जे दान स्थळास (देशास) अनुरूप नसेल, ते सात्त्विक असू शकत नाही."

सात्त्विक दानाचं दुसरं परिमाण आहे- काळ म्हणजे वेळ. कोणतंही दान हे योग्य वेळी आणि गरजेनुसार द्यायला हवं. समजा, कडाक्याच्या थंडीत एखादा भुकेला भिकारी तुमच्याकडे खाण्यासाठी काहीतरी मागायला आला आणि तुम्ही त्याच्या हातात शीतपेय किंवा आइस्क्रीम ठेवलं, भर उन्हाळ्यात एखाद्याला पंख्याऐवजी घोंगडी किंवा हीटर दानस्वरूपात दिलं, तर त्याचा त्यांना काय उपयोग? जिथे पाण्याची कमतरता आहे, तिथे पाण्याचं दान हे दुधाच्या दानाहूनही अधिक श्रेष्ठ ठरतं. एखादं लहान मूल भुकेलं असेल, तर त्याला दुधाचं दान देणं हे मंदिरातील शिवलिंगावर दुग्धाभिषेक करण्याहून अधिक श्रेष्ठ असेल.

श्रीकृष्ण म्हणतात, "ज्या ठिकाणी, ज्या वेळी आणि ज्याच्याकडे ज्या वस्तूची कमतरता असेल, तसेच त्याला ज्या वस्तूची आवश्यकता असेल, तीच वस्तू त्या स्थळी आणि त्या काळी दानात देणं हे सुयोग्य ठरतं. अशाच वस्तूचं दान देऊन प्राणिमात्राची सेवा करायला हवी. हेच दान सात्त्विक होय."

यानंतर तिसरं परिमाण आहे दान घेणाऱ्याच्या पात्रतेचं. भुकेले, अनाथ, दुःखी, रोगी, असहाय, तसंच भिक्षुक इत्यादी लोकांना दान देण्यास पात्र समजलं जातं. ज्यांच्याकडे अन्न, वस्त्र, औषधी किंवा ज्या वस्तूचा अभाव असेल, ती वस्तू देऊन त्यांची गरज भागवणं, त्यांची सेवा-शुश्रूषा करणं, याचा समावेश सात्त्विक दानाच्या श्रेणीत होतो. याशिवाय श्रेष्ठ आचरण असणारे विद्वान, सत्यमार्गाने चालणाऱ्या आध्यात्मिक संस्था, अनाथाश्रम, वृद्धाश्रम, सेवाभावी संस्था इत्यादीसुद्धा दान देण्यास पात्र आहेत. त्यांना

दिलेलं धन आणि इतर आवश्यक वस्तू हेदेखील सात्त्विक दानच होय.

समजा, आपण एखाद्याला देत असलेलं दान हे स्थळ, काळ आणि पात्रता या सर्व दृष्टींनी सात्त्विक श्रेणीत येतं. पण दान देत असताना आपल्या मनात जर, 'आज मी हे दान देत आहे, बदल्यात याचा मला भविष्यात काहीतरी लाभ होऊ शकतो,' असे भाव असतील, तर या भावनेमुळेच आपलं दान हे सात्त्विक श्रेणीत येत नाही. श्रीकृष्ण म्हणतात, "जे दान उपकार न करणाऱ्याला दिलं जातं, तेच दान सात्त्विक होय." म्हणजेच दान देण्यामागे कोणत्याही प्रकारे परतफेडीची, मोबदल्याची आशा-अपेक्षा नसावी. अशा प्रकारे देश, काळ, पात्रता आणि कोणतेही उपकार, कोणतीही आशा-अपेक्षा नसणं या कसोट्यांवर उतरलेलं दानच सात्त्विक दान म्हटलं जाईल.

२१

श्लोक अनुवाद : परंतु जे दान क्लेशपूर्वक, तसंच प्रत्युपकाराच्या हेतूने, अथवा फळ नजरेसमोर ठेवून मगच दिलं जातं, त्या दानास राजस असं म्हटलं आहे।।२१।।

गीतार्थ : सात्त्विक दानानंतर क्रम येतो तो राजस दानाचा. श्रीकृष्ण म्हणतात, "जे दान क्लेशपूर्वक दिलं जातं ते राजसी होय." म्हणजेच देणाऱ्याची इच्छा नसतानाही त्याच्याकडून जबरदस्तीने वसूल केलेलं दान. जसं, हल्ली काही लोक जबरदस्तीने लोकांवर दबाव टाकून देणगीच्या नावाने वर्गणी घेत असतात. लोक इच्छा नसतानाही विनाकारण कटकट नको, आपलं नाव खराब व्हायला नको म्हणून नाइलाजाने अशा लोकांना काही न काही देणगी देतात. अशा तऱ्हेने वसूल केलेलं दान हे राजस या वर्गवारीत येतं.

शिवाय ते दानही राजसच असतं, जे परोपकाराच्या भावनेनं, म्हणजेच उपकाराची परतफेड म्हणून दिलेलं असतं. तसंच, फळाच्या अपेक्षेने दिलेलं

दानही राजसच होय. म्हणजेच दानाच्या बदल्यात आपल्या कार्यसिद्धीची आशा किंवा मानसन्मान, प्रतिष्ठा, पुण्य-स्वर्ग इत्यादीची प्राप्ती किंवा रोगमुक्ती यांची आशा बाळगून केलेलं दान हे राजस प्रकारचं असतं. कारण अशा दानामागे स्वार्थी भावना दडलेली असते. धार्मिक कर्मकांडांत बहुधा राजस दानच जास्त असतं. कारण लोक आपली ग्रहपीडा दूर करण्यासाठी, रखडलेली कामं मार्गी लागण्यासाठी पूजाविधी आणि दानधर्म वगैरे करत असतात.

हल्ली जगात कित्येक लोक हे केवळ दिखाव्यासाठीच दान करत असतात. जसं, आपला सर्वांसमोर आदर-सत्कार केला जावा... आपण केलेल्या दानाची जास्तीत जास्त लोकांपर्यंत प्रसिद्धी व्हावी... त्यांना आपल्या दानाची रक्कम समजावी. इतकंच नव्हे तर काही लोक दानासाठी आपल्या नावाची जाहीर घोषणा करून तसे स्वतःचे फोटोदेखील काढून घेतात. काहीजण तर चक्क व्हिडिओ शूटिंगही करून घेतात आणि हद्द म्हणजे जोपर्यंत शूटिंग सुरू होत नाही, तोपर्यंत ते खिशातून दमडीही काढत नाहीत. असं राजस दान हे केवळ हव्यास, अहंकार आणि दिखाव्यासाठीच असतं. अशा लोकांच्या मनातील भावना शुद्ध नसते. त्यामुळे त्यांचं कर्म चांगलं असलं, तरी ते परिपूर्ण नसतं. अशा दानाने कर्मबंधनातून मुक्ती मिळू शकत नाही.

ही येशूच्या काळातील एक गोष्ट आहे. एके दिवशी चर्चमध्ये आवाहन करण्यात आलं, 'आज ज्यांना दान द्यायची इच्छा असेले, त्यांनी चर्चमध्ये यावं.' ही घोषणा ऐकून सर्व गावकरी चर्चमध्ये दान देण्यासाठी जमा झाले. त्यांत गावातील प्रतिष्ठित आणि श्रीमंत लोकांचाही सहभाग होता. कोणी हजार, कोणी दोन हजार अशी रक्कम दान करू लागला. त्या गर्दीत एक गरीब वृद्ध स्त्रीही उभी होती. ती हळूहळू पुढे चालत गेली, तिने पदराला बांधलेला एक रुपया काढला आणि तो दानपेटीत टाकला.

अध्याय १७ : २२

शेवटी येशूंना विचारलं गेलं, की 'आज सर्वांत मौलिक दान कोणी दिलं?' तेव्हा त्या गरीब स्त्रीकडे इशारा करत येशू म्हणाले, ''आजचं सर्वांत मोठं दान या वृद्ध स्त्रीने केलं आहे.'' हे शब्द ऐकून तिथे उपस्थित असलेल्या सर्वच श्रीमंत लोकांना खूप राग आला. ते म्हणाले, 'आम्ही तर इतकी मोठी रक्कम दानात दिलेली आहे, तरीही येशूंना ते एक रुपयाचं दानच सर्वांत मोठं का वाटावं? हा तर सरळ सरळ अन्यायच आहे.' यावर येशूंनी त्या लोकांना समजावलं, 'त्या वृद्धेला त्या एका रुपयाची खूप गरज होती, तरीही तिने आपली गरज बाजूला सारून स्वतःकडे असलेला तो एक रुपया दान केला. याउलट ज्यांनी हजार-पाचशे रुपयांचं दान दिलं आहे, त्यांनी त्यांच्या संपत्तीतील एक छोटासा तुकडा काढून दान केला आहे. त्यांच्यासाठी हे दान म्हणजे जणू समुद्रातून काढून दिलेलं तांब्याभर पाणीच.'

हीच गोष्ट विस्तृतपणे समजावताना येशू म्हणाले, 'तुम्ही तुमच्या संपत्तीतून जे दान केलंय, त्याने तुम्हाला विशेष फरक पडला नाही. तसंच दान देत असतानाही तुमच्या मनात हाच विचार सुरू होता, की लोक आपल्याला पाहत आहेत. त्यामुळे आपण हजार-पाचशेसारखी मोठीच रक्कम द्यायला हवी. हे दानकर्म करताना त्यामागे तुमची भावना हीच होती, की लोकांनी आपल्याला दानशूर म्हणावं. म्हणजेच तुम्ही केलेलं दान हे राजस होतं. परंतु या वृद्धेकडे मनाची शुद्धता आहे. दान देतानाही तिच्या मनात, 'यामुळे कोणाचं तरी कल्याण होऊ शकेल' हीच भावना होती. भावनांत असा फरक असल्यामुळेच वृद्धेचं दान हे सात्त्विक आणि सर्वश्रेष्ठ असं आहे.'

२२

श्लोक अनुवाद : जे दान सत्काराशिवाय किंवा तिरस्कारपूर्वक अयोग्य ठिकाणी, अयोग्य काळी आणि कुपात्री दिलं जातं, ते दान तामस म्हटलं जातं॥२२॥

गीतार्थ : जे दान स्थळ-काळाचं भान न ठेवता दिलं असेल, कुपात्री असेल किंवा ज्याला दिलं जात आहे, त्याच्याबद्दल मनात अपमानजनक भाव बाळगून दिलं जात असेल, तर ते दान तामस दान ठरतं.

कुपात्र या प्रकारात धूम्रपान, मद्यपान, मांसादी अभक्ष्य भक्षण करणारे, चौर्यकर्म करणारे, रिकामटेकडे, आळशी, जबाबदारीपासून पळ काढणारे असे लोक येतात. समजा, आपण एखाद्या गरिबाला किंवा भिकाऱ्याला काही पैसे दान दिले आणि त्याने त्या पैशांचा सदुपयोग करून अन्नपदार्थ विकत घेण्याऐवजी तो दारू प्यायला. मग नशेत त्याने त्याच्या बायको-मुलांना मारझोड केली, तर त्याच्या या अयोग्य कर्मांचा काही ना काही तामसी प्रभाव हा आपल्यावरही पडणारच. कारण आपण दिलेल्या पैशांमुळेच हे सारं घडलं. म्हणूनच दान देण्याआधी समोरच्या व्यक्तीची पात्रता तपासून घेणं अत्यंत आवश्यक आहे. अन्यथा आपल्या मनातील भावना शुद्ध असली, तरी आपण दिलेलं दान हे तामसी ठरेल, जे आपल्यासाठी कर्मबंधनं निर्माण करेल.

हल्ली बरेच लोक आपल्या घराची साफसफाई करताना घरातील निरुपयोगी वस्तू गोरगरिबांना वाटून टाकतात आणि आपण खूप मोठा दानधर्म केलाय, या विचाराने खुश होतात. आपण आपलं अडगळीतलं सामान ज्याला देत आहोत, त्याच्या ते उपयोगाचं तरी आहे की नाही, हेसुद्धा हे लोक बघत नाहीत. उदाहरणार्थ, एखाद्या लहान मुलाला मोठ्यांचे कपडे देतात. आता आपणच सांगा, तो लहान मुलगा हे असे ढगळ कपडे वापरू शकेल का? आपल्याला उपयोगी नसणाऱ्या वस्तू दुसऱ्याला देतानाही उपकार केल्यासारख्या देणं, हेसुद्धा तामसी दान आहे. काही लोक दान स्वीकारणाऱ्याकडे अत्यंत तुच्छतेनं पाहतात, प्रसंगी त्याचा अपमानही करतात. जसं, एखाद्याला काही पैसे द्यायचे असतील, तर ते लांबूनच त्याच्याकडे फेकतात किंवा त्याच्याविषयी वाईटसाईट विचार करतात. अशा प्रकारे दिलं गेलेलं दान हेही तामसीच होय.

अध्याय १७ : २२

प्रत्येकात परमात्मारूपी त्याच एका उच्च चेतनेचा निवास आहे. घेणाराही तोच आणि देणाराही तोच. दोन्हीकडूनही तोच त्याची भूमिका पार पाडत आहे. मग दान देणारा कोण आणि घेणारा कोण?... दान देणाऱ्याने नेहमी याच समजेनुसार दान द्यायला हवं.

अध्याय १७ : २२

● **मनन प्रश्न :**

१. आपण मागील वेळी एखाद्याला काही दान दिलं होतं तो प्रसंग आठवा. स्थळ (देश), काळ, पात्रता आणि अकर्ता भावाच्या मापदंडानुसार आपण त्या दानाची कोणती श्रेणी ठरवाल?

२. कोणालाही दान देताना आपली भावना कशी असते, यावर मनन करा आणि आपलं दान सात्त्विक करण्याचा प्रयत्न करा.

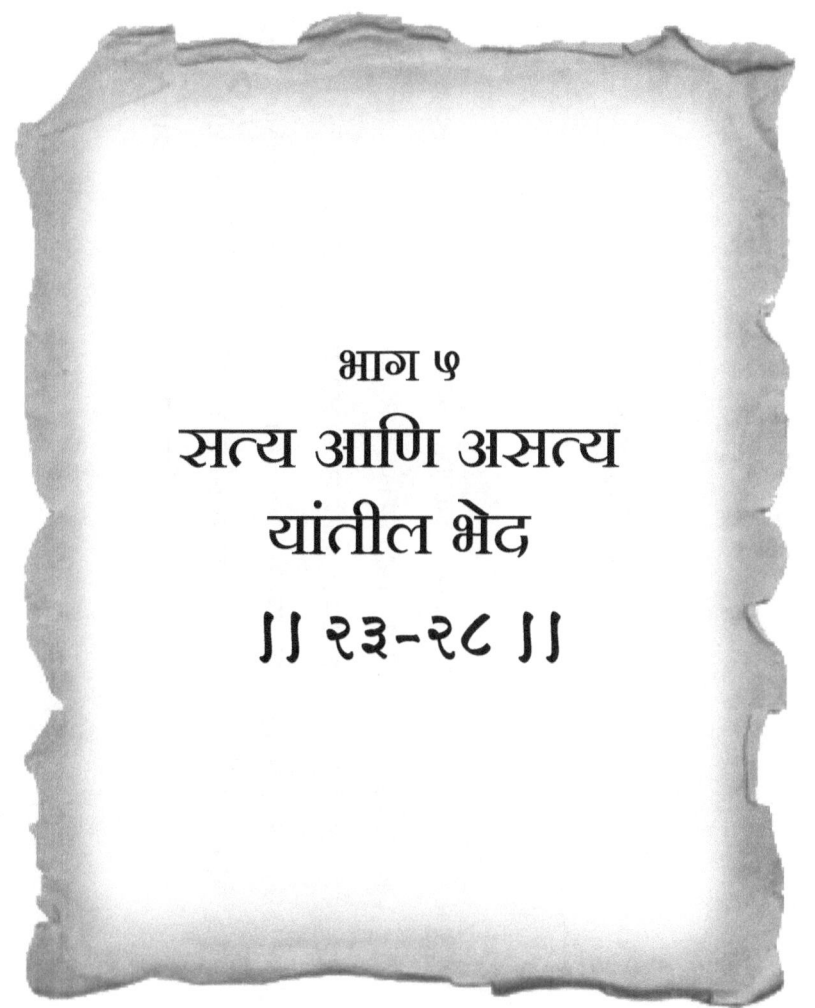

भाग ५

सत्य आणि असत्य यांतील भेद

॥ २३-२८ ॥

अध्याय १७

ॐ तत्सदिति निर्देशो ब्रह्मणस्त्रिविधः स्मृतः। ब्राह्मणास्तेन वेदाश्च यज्ञाश्च विहिताः पुरा।।२३ ।।

तस्मादोमित्युदाहृत्य यज्ञदानतपः क्रियाः। प्रवर्तन्ते विधानोक्तः सततं ब्रह्मवादिनाम् ।।२४।।

तदित्यनभिसन्दाय फलं यज्ञतपःक्रियाः। दानक्रियाश्चविविधाः क्रियन्ते मोक्षकाङ्क्षिभिः।।२५ ।।

सद्भावे साधुभावे च सदित्यतत्प्रयुज्यते। प्रशस्ते कर्मणि तथा सच्छब्दः पार्थ युज्यते।।२६ ।।

यज्ञे तपसि दाने च स्थितिः सदिति चोच्यते। कर्म चैव तदर्थीयं सदित्यवाभिधीयते।।२७।।

अश्रद्धया हुतं दत्तं तपस्तप्तं कृतं च यत्। असदित्युच्यते पार्थ न च तत्प्रेत्य नो इह ।।२८ ।।

२३-२४

श्लोक अनुवाद : आणि हे अर्जुना! ॐ, तत्, सत् अशी तीन प्रकारची सच्चिदानंदघन ब्रह्माची नावं सांगितली आहेत; त्यांपासूनच सृष्टीच्या आरंभी ब्राह्मण, वेद आणि यज्ञ इत्यादीची रचना केली गेली।।२३।।

म्हणूनच वेदमंत्रांचा उच्चार करणाऱ्या श्रेष्ठ पुरुषांच्या शास्त्राने सांगितलेल्या यज्ञ, दान आणि तपरूपी क्रियांचा नेहमी 'ॐ' या परमात्म्याच्या नावाचा उच्चार करूनच आरंभ होत असतो।।२४।।

गीतार्थ : सांख्ययोगात श्रीकृष्णांनी हे रहस्य अतिशय विस्तृतपणे समजावलं आहे, की या संपूर्ण ब्रह्मांडात एकच जिवंत शक्ती अस्तित्वात आहे. त्या एका जागृत शक्तीद्वारेच संपूर्ण ब्रह्मांड क्रियाशील आहे. प्रत्येक सजीव आणि निर्जीव, स्थूल आणि सूक्ष्म, प्रकट (जे प्रत्यक्ष साकारलं आहे ते) आणि अप्रकट (जे अजूनही अदृश्यात आहे ते) गोष्टीच्या मागे तीच जागृत शक्ती आहे. ही शक्ती जशी त्या प्रत्येक गोष्टीच्या मागे आहे, तशीच ती त्या गोष्टीतही सामावलेली आहे. अर्थात, तीच शक्ती वेगवेगळ्या प्रकारे संकलित (तरंगित) होऊन वेगवेगळ्या गोष्टींना मूर्तरूप देत आहे आणि त्यांचं संचलनही करत आहे. त्या शक्तीलाच 'तरंग', 'ऊर्जा', 'एनर्जी' असंसुद्धा म्हटलं जातं.

या तरंग अथवा शक्तीला कोणतंही नाव, आकार, आरंभ किंवा अंत नाही. ही शक्ती अनादिअनंत, चिरस्थायी आहे आणि ती केवळ अनुभवाद्वारेच जाणली जाऊ शकते. अशी एखादी गोष्ट, जी अनुभवाद्वारेच जाणली आहे, ती जर इतरांना सांगायची असेल, तर ती कशी सांगता येईल... तिला कोणत्या नावानं संबोधित करता येईल... तिच्या रंग-रूप-गुणांचं वर्णन कसं करता येईल...!

आत्मसाक्षात्कारी संत-महात्म्यांनी त्या तरंगाला, त्या अनुभवाला त्यांच्या भाषेप्रमाणे व वातावरण आणि त्यांच्या प्रचितीनुसार वेगवेगळी नावं दिली. जसं- महातरंग, परमचैतन्य, महाशून्य, सत्य, परमसत्य, अंतिम सत्य, एकम्, तेजम्, नूर, अनहद नाद, ॐ, दिव्यऊर्जा, सुप्रीम पॉवर, सुप्रीम सोल, परमात्मा, ईश्वर, सेल्फ, स्वसाक्षी, अल्लाह, गॉड... इत्यादी.

हिंदू धर्माच्या वेदग्रंथांमध्ये त्याला बहुतेक वेळा ब्रह्म असंच म्हटलं गेलं आहे. तेविसाव्या श्लोकात श्रीकृष्णांनीसुद्धा त्या एकमेव जागृत शक्तीला तीन नावं दिली आहेत; ॐ, तत् आणि सत्. तसंच चोविसाव्या श्लोकात यांतील पहिलं नाव 'ॐ' याचं वर्णन केलेलं आहे. ते म्हणतात, 'ते ब्रह्म ज्याला ॐ, तत्, सत् या नावांनीही ओळखलं जातं, त्याच्याद्वारेच सृष्टीच्या आरंभी ब्राह्मण (ब्रह्म जाणणारे, आत्मसाक्षात्कारी लोक), वेद (ब्रह्मप्राप्तीचं ज्ञान), तसंच यज्ञ (ब्रह्म प्राप्त करण्याकरिता केल्या जाणाऱ्या क्रिया किंवा विधी वगैरे) इत्यादीची निर्मिती केली गेली आहे. म्हणजेच परमेश्वराने या जगताची निर्मिती केली आणि त्यानेच लोकांना आपलं वास्तविक स्वरूपावर परतावं अशी व्यवस्थासुद्धा केली.

बऱ्याच धर्मांमध्ये अशी श्रद्धा आहे, की त्यांचे धार्मिक विधी आणि धर्मग्रंथ हे कोणत्याही व्यक्तीद्वारे रचले गेलेले नसून, ते थेट परमात्म्याकडूनच आलेले आहेत. उदाहरणार्थ, कुराण, बायबल, गीता इत्यादी. काही लोकांना मात्र हे अशक्यच वाटतं. कारण कोणतंही पुस्तक अथवा ग्रंथ हे केवळ मानवच लिहू शकतो, असं त्यांचं मत असतं, त्यामुळे ते याचा विरोधदेखील करतात. वास्तविक दोघांचंही म्हणणं योग्यच आहे. कारण ईश्वर हा स्थूल शरीरधारी नसून मुळात तो निराकार आहे. म्हणूनच कोणतीही स्थूल अभिव्यक्ती साकारण्यासाठी त्याला कोणत्या ना कोणत्या मानवी शरीरास माध्यम बनवणं आवश्यकच आहे.

तसंच, कोणतीही सर्वसाधारण व्यक्ती कुराण, बायबल, गीता यांसारख्या सत्याचा बोध घडवणाऱ्या ग्रंथांची रचना करू शकत नाही. असं एखाद्या शरीराद्वारे तेव्हाच शक्य होऊ शकेल, जेव्हा त्याच्या अंतरंगातील व्यक्तित्वाचा (अहंकाराचा) अंत होईल आणि ईश्वर प्रकाशमान होईल. सत्यानेच सत्याचा प्रवाह प्रवाहित होऊ शकतो. 'ईश्वर'च त्या शरीराच्या माध्यमातून सत्याचा उद्घोष करू शकतो. म्हणूनच सर्व महान ग्रंथांचे रचनाकार हे वास्तविक कोणी व्यक्ती नसून ते एकमेव ब्रह्मच आहेत. त्या

एकाच परमेश्वराद्वारे कुराण, बायबल, गीता, वेद, शास्त्र इत्यादीची रचना झाली आहे. फक्त त्यासाठी त्याने वेगवेगळ्या शरीरांना माध्यम बनवलं इतकंच. ईश्वर आणि शरीर दोन्हींच्या संयोगानेच या जगात सत्यविषयक अभिव्यक्ती घडत आहे.

श्लोकात श्रीकृष्ण पुढे सांगतात, 'ॐ' हे त्याच एका परमात्म्याच्या नावाचं प्रतीक आहे, त्यामुळे कोणत्याही वेद-मंत्राचा प्रारंभ हा ॐकार ध्वनीच्या उच्चारणानेच होतो. त्याचबरोबर शास्त्रोक्त पद्धतीने केले जाणारे सर्व यज्ञ, दान आणि तपादी क्रियांचासुद्धा ॐकाराच्या उच्चारणानेच प्रारंभ होतो.

याआधी सांगितल्याप्रमाणे वास्तविक ईश्वर म्हणजेच एनर्जी, तरंग किंवा ऊर्जा आहे, त्यामुळे ॐकाराला या शक्तीचा तरंगध्वनी असंही म्हटलं जाऊ शकतं. हा ध्वनी संपूर्ण ब्रह्मांडात पसरलेला आहे. या एका ध्वनीशी ताळमेळ साधत संपूर्ण सृष्टीचं संचलन सुरू आहे. म्हणूनच याला सतत गुंजत राहणारा अनहद नाद (साउंड ऑफ सायलेन्स) किंवा (ज्याची कोणतीही सीमा नाही असा) असीमित ध्वनी असं म्हटलं जातं.

वेद, मंत्र अथवा कोणत्याही ईशस्तवनाआधी जेव्हा या ॐ ध्वनीचं उच्चारण केलं जातं, तेव्हा ते उच्चारण करणारा मनुष्य त्यावेळी ओमरूपी परब्रह्माशी एकरूप होतो आहे, ईश्वरामध्ये स्थापित होतो आहे, अशी यामागची समज आहे. आपण जर इंटरनेटवर शोध घेतला, तर 'ॐ' या ध्वनीच्या उच्चारणाने असंख्य शारीरिक आणि मानसिक लाभ आढळून येतात. याच्या उच्चारणाने तन आणि मन दोन्हीही निरामय होतं. म्हणूनच आजही 'ॐ' या ध्वनीचा जप करणं सहज सोपं आणि कल्याणकारी सिद्ध होत आहे. ॐचं उच्चारण करताना, 'मी त्या ईश्वराशी एकाकार होत आहे. मी म्हणजे कोणी वेगळी व्यक्ती नसून, मीदेखील त्या शक्तीचाच एक अंश आहे,' अशी जर समज बाळगली, तर आपल्यालाही आत्मबोध प्राप्त होऊ शकतो.

अध्याय १७ : २५

२५

श्लोक अनुवाद : आणि तत् अर्थात हे सर्व काही 'तत्' या नावाने संबोधल्या जाणाऱ्या परमात्म्याचंच आहे या भावनेने, फळाची इच्छा न करता, विविध प्रकारच्या यज्ञ, तप तसंच दानरूपी क्रिया या कल्याणाची इच्छा बाळगणाऱ्या लोकांकडून केल्या जातात ।।२५।।

गीतार्थ : श्रीकृष्णांनी ब्रह्म (सेल्फ) याचंच दुसरं नाव 'तत्' असं सांगितलं आहे. तत् याचा शब्दशः अर्थ आहे 'तो'. 'तो' म्हणजे दुसरा... स्वतः व्यतिरिक्त आणखी कोणीतरी... आपण बाह्यजगतात जे काही पाहत असतो, अथवा करतो त्याला आपण 'तो' असं संबोधू शकतो. एक सत्यसाधक आत्मबोधात स्थापित होण्याआधी अहंकारवश (मी) जेव्हा स्वतःमध्ये 'ईश्वराची' अनुभूती घेऊ शकत नाही, तेव्हा त्याच्यासाठी ईश्वराचं नाव असतं 'तत्'. याचाच अर्थ बाह्यजगतात तो जे काही करत अथवा पाहत असतो, किमान त्याला तरी त्याने ईश्वर समजावं. खरंतर अहम् आणि तत् दोन्हीही 'ईश्वर'च आहेत. पण तरीही आपल्यातील समज वाढविण्यासाठी अशी वेगवेगळी नावं दिलेली आहेत. खरंतर आपल्या अंतरंगातही तोच आहे आणि बाह्यजगतातही तोच आहे.

प्रस्तुत श्लोकात श्रीकृष्ण म्हणतात, ''आपण जेव्हा यज्ञ, तप, दान यांसारखं कार्य करत असतो, तेव्हा मनात हाच भाव असावा, की हे सर्व काही त्या 'तत्' नावाने ओळखल्या जाणाऱ्या परमेश्वराचंच आहे. तोच कर्ता-करविता आहे आणि तोच याचं फळ प्राप्त करणाराही आहे. केवळ इतकंच नव्हे, तर जी क्रिया घडते आहे, ती क्रियादेखील तोच आहे. आपला त्यात कोणताही वैयक्तिक स्वार्थ नसावा, ना कोणत्याही प्रकारचं फळ प्राप्त करण्याची स्वार्थी इच्छा. आपल्याकडून कोणतीही क्रिया घडो, ती केवळ ईश्वरासाठीच व्हायला हवी. त्यामागे मनात सर्वांसाठी कल्याणकारी असेच भाव असायला हवेत.''

२६-२७

श्लोक अनुवाद : आणि– सत् या परमात्म्याच्या नावाचा सत्यभावात आणि श्रेष्ठभावात प्रयोग केला जातो. तसंच हे पार्थ, उत्तम कर्मांतही सत् या शब्दाचा उपयोग केला जातो।।२६।।

तसंच यज्ञ, तप आणि दान यांमध्ये जी स्थिती आहे तिलाही 'सत्' असंच म्हणतात आणि त्या परमात्म्यासाठी केलेलं कर्म यालाही निश्चयाने सत् असंच म्हटलं जातं।।२७।।

गीतार्थ : श्रीकृष्ण अर्जुनाला म्हणतात, ''ईश्वराचा सत्यभाव आणि त्याच्या श्रेष्ठतेमुळे त्याला 'सत्' असंही म्हटलं जातं. वास्तविकदृष्ट्या केवळ एक ईश्वरच आहे, ज्याला सत् असं म्हटलं जाऊ शकतं. कारण सत् किंवा सत्य हे तेच असेल, जे अपरिवर्तनीय असेल, वास्तव असेल, प्रत्येक वेळी प्रत्येक स्थितीत योग्यच असेल, जे कधीही चुकीचं असणार नाही आणि जे प्रत्येक असत् म्हणजे मिथ्या गोष्टीचा नाश करू शकेल. ईश्वराशिवाय या जगात जे जे काही आहे, ते सर्व परिवर्तनीय आहे; वेळ आणि परिस्थितीप्रमाणे बदलणारं आहे, असत्य आहे, भ्रम आहे.''

आपण विभूतियोगातही हे वाचलेलं आहे, की या जगात जे काही योग्य आहे, श्रेष्ठ आहे, उत्तम आहे, ते सर्व 'ईश्वर'च आहे. हीच गोष्ट पुन्हा सांगताना श्रीकृष्ण म्हणतात, ''कर्म, यज्ञ, तप आणि दानाची जी कोणती उत्तम स्थिती आहे, ती सत् आहे. या जगात बरेचसे लोक यज्ञ, तप, दान, सेवा इत्यादी कर्म करत असतात.'' परंतु त्या कर्मांच्या मागची भावना कशी आहे, त्यांचा उद्देश कोणता आहे, हे पाहणंही महत्त्वाचं आहे. बहुतांश कर्मं ही स्वार्थप्रेरित होत असतील, तर त्यांना सत् असं म्हटलं जाऊ शकत नाही.

अकर्ता भावाने, फळाची इच्छा न बाळगता, परमात्म्याच्या कार्यासाठी निमित्त बनून, निःस्वार्थ भावनेने केलेलं प्रत्येक कर्म हे सत् होय.

२८

श्लोक अनुवाद : आणि हे अर्जुना, श्रद्धेशिवाय केलेलं कोणतंही हवन, दिलेलं दान किंवा केलेलं तप असो, अथवा जे काही शुभ कार्य केलं असेल, ते सर्व असत् समजलं जातं. त्यामुळे ते ना इहलोकात उपयोगी ठरतं, ना परलोकात।।२८।।

गीतार्थ : प्रस्तुतच्या श्लोकात श्रीकृष्ण म्हणतात, ''जे सत् नाही, ते असत्. ज्या हवन, दान, तप, सेवादी कर्मांमध्ये श्रद्धेचा अभाव असेल आणि त्यामागची भावनाही शुद्ध, सात्त्विक नसेल, तर मग ते शुभ कर्म असलं तरी त्यास सत् म्हणता येत नाही, त्यात ईश्वर नसतो. अशा प्रकारची सर्व कर्मं (राजस आणि तामस) असत् आहेत, जी या मृत्युलोकी आणि मृत्यूनंतर सूक्ष्मलोकीही श्रेष्ठ फलदायी ठरत नाहीत.''

इथे 'श्रेष्ठ फळ' म्हणजे काय, हे समजून घेणं अतिशय महत्त्वाचं आहे. कोणत्याही मनुष्याची श्रेष्ठ फळाची व्याख्या, ही त्याच्या चेतनेच्या स्तरावर अवलंबून असते. 'तुझ्यासाठी श्रेष्ठ फळ म्हणजे काय असेल?' असं जर एखाद्या महातमोगुणी मनुष्याला विचारलं, तर तो म्हणेल, 'मला पोटभर जेवण आणि भरपूर झोप मिळावी, हेच माझ्यासाठी श्रेष्ठ फळ असेल.' एखादा दारुड्या म्हणेल, 'मला मनमुराद मद्याचा आस्वाद घेता आला, तर ते माझ्यासाठी श्रेष्ठ फळ ठरेल.' रजोगुणांनी युक्त असलेला व्यापारी म्हणेल, 'माझ्या व्यापारात दिवसेंदिवस भरभराट होत राहिली, तर त्याहून मोठं असं श्रेष्ठ फळ माझ्यासाठी आणखी काय असेल बरं?' तर एखादा सत्यसाधक म्हणेल, 'भलेही माझं सर्वस्व हिरावलं गेलं, तरी काही हरकत नाही; पण ईश्वरप्राप्तीहून कमी असं मला काहीच स्वीकारार्ह नाही, तेच माझ्यासाठी अंतिम, सर्वोच्च आणि श्रेष्ठ फळ असेल!'

भगवान बुद्ध, भगवान महावीर, संत मीराबाई यांनी ईश्वराच्या

आसक्तीमुळे राजमहालासह सर्व सुख–सुविधांचा एका क्षणात त्याग केला. ते असं का करू शकले? कारण त्यांच्या चेतनेचा स्तर सर्वोच्च होता. जशी ज्याची चेतना, तसेच त्याचे विचार आणि तशीच त्याची फलप्राप्तीची इच्छा... अशा प्रकारे पाहिल्यास, मानवासाठी सर्वांत श्रेष्ठ फळ आहे त्याच्या चेतनेची वृद्धी. जसजशी आपल्या चेतनेची वृद्धी होऊ लागते, तसतशी आपली श्रेष्ठ फळाविषयीची व्याख्या बदलत जाते. मग मनुष्य तशाच प्रकारची इच्छा बाळगून कर्म करू लागतो. चेतनेच्या वृद्धीबरोबरच त्याची कर्मं असत्‌कडून सत्‌कडे प्रयाण करू लागतात.

हवन, दान, तप, सत्यश्रवण, मनन, सेवा आदी ज्या कोणत्या कर्माने मनुष्याच्या चेतनेत मुळातच वाढ होत असेल, तर ते सत्कर्म समजावं. बऱ्याच घरांमध्ये असं आढळतं, की ज्या दिवशी घरात एखादं होम–हवन असतं, त्याच दिवशी सर्वाधिक तणाव जाणवतो आणि कुटुंबीयांची चेतना खालावते. 'हे काम अजून झालं कसं नाही... बाजारातून येताना या गोष्टी आणायला सांगितल्या होत्या, त्या का आणल्या नाहीत... नातेवाईकही अजून आलेले नाहीत... पूजेला आधीच उशीर होतोय आणि मुलांची अजून अंघोळही झालेली नाही...' अशी चिडचिड होऊ लागते, त्यामुळे आपापसांत कुरबुरी होतात. लहान मुलांना तर त्यादिवशी कोणत्या न कोणत्या कारणाने मार मिळतोच. शेवटी जेव्हा घरातील तो पूजाविधी संपन्न होतो, तेव्हा कुटुंबीयांकडून, 'चला... एकदाचं हे काम कसंबसं पार पडलं,' असा सुटकेचा निःश्वासही सोडला जातो. अशा प्रकारे ईश्वराच्या नावाने केलेल्या या कर्माद्वारे वास्तविक आपली चेतना वाढायला हवी होती, पण ती खालावली जाते. मग अशा कर्माची गणना आपण कोणत्या श्रेणीत कराल? निश्चितच ते असत्‌ याच श्रेणीत येईल आणि याचं कारण म्हणजे, कर्मामागील योग्य समजेचा अभाव.

तात्पर्य, आपण यापुढे जे कोणतं शुभकार्य कराल, तेव्हा आपल्या चेतनेत वाढच व्हायला हवी. आपल्या मनात आनंद आणि शांतीच निर्माण

व्हायला हवी, सत्याविषयी प्रेमच वाढायला हवं... तरच आपण योग्य दिशेने आणि योग्य समजेसह कर्म करत आहोत, असा याचा अर्थ होतो.

● मनन प्रश्न :

१. श्रेष्ठ फळाविषयी आज आपली व्याख्या काय, असं जर कोणी आपल्याला विचारलं, तर आपण काय सांगाल? त्यानुसार आपल्या चेतनेचा स्तर कोणता आहे आणि तो कसा वाढवू शकतो, यावर मनन करा.

२. दैनंदिन कर्तव्यकर्मं पार पाडत असताना आपलं मन शांत आहे की तणावग्रस्त, आनंदात आहे की चिडचिड करतंय, याकडेही लक्ष द्या. गीतेतून मिळालेल्या ज्ञानावर मनन करून आपली कर्मं 'असत्'कडून 'सत्'कडे नेण्याचा प्रयत्न करा.

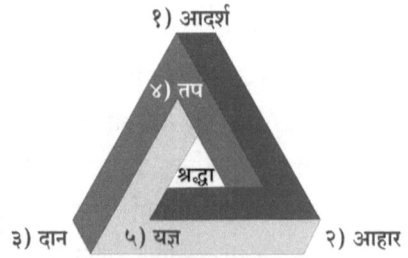

एक अल्प परिचय
सरश्री

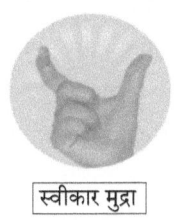

स्वीकार मुद्रा

सरश्रींचा आध्यात्मिक शोधाचा प्रवास त्यांच्या बालपणापासूनच सुरू झाला होता. हा शोध सुरू असतानाच त्यांनी अनेक प्रकारच्या पुस्तकांचं अध्ययन केलं. त्याचबरोबर या शोधकाळात त्यांनी अनेक ध्यानपद्धतींचा अभ्यासही केला. त्यांच्यातील या जिज्ञासेने त्यांना अनेक वैचारिक आणि शैक्षणिक संस्थांमध्ये जाण्यासाठी प्रेरित केलं. जीवनाचं रहस्य समजण्यासाठी त्यांनी **प्रदीर्घ काळ मनन करून आपलं शोधकार्य सातत्याने सुरू ठेवलं. या शोधातूनच त्यांना 'आत्मबोध' प्राप्त झाला.** आत्मसाक्षात्कारानंतर त्यांना जाणवलं, की अध्यात्माचा प्रत्येक मार्ग ज्या शृंखलेने जोडलेला आहे, तो म्हणजे 'समज' (Understanding). आत्मबोधप्राप्तीनंतर त्यांनी अध्यापनाचं कार्य थांबवलं आणि जवळ जवळ दोन दशकांहूनही अधिक काळ आपलं समस्त जीवन मानवजातीच्या कल्याणासाठी आणि आध्यात्मिक विकासासाठी अर्पण केलं.

सरश्री म्हणतात, ''सत्यप्राप्तीच्या सर्व मार्गांचा प्रारंभ जरी वेगवेगळ्या मार्गांनी होत असला, तरी सर्वांचा अंत मात्र एकच समज प्राप्त केल्याने होतो. ही **'समज'च सर्व काही असून ती स्वतःमध्ये परिपूर्ण आहे.** आध्यात्मिक ज्ञानप्राप्तीसाठी या 'समजे'चं श्रवणच पुरेसं आहे.'' ही समज प्रकाशमान करण्यासाठी आजपर्यंत त्यांनी **आध्यात्मिक विषयांवर तीन हजारांहून अधिक प्रवचनं दिली आहेत.** या प्रवचनांद्वारे ते अध्यात्मातील अतिशय गहन संकल्पना सहज, सुलभ आणि व्यावहारिक भाषेत समजावून सांगतात. समाजातील प्रत्येक स्तरावरील मनुष्य सरश्रींद्वारे सांगितल्या जाणाऱ्या या समजेचा लाभ घेऊ शकतो.

ही समज प्रत्येकाला आपल्या अनुभवातून प्राप्त व्हावी, यासाठी सरश्रींनी

'महाआसमानी परमज्ञान शिबिर' आणि त्यासाठी आवश्यक असणारी कार्यप्रणाली (सिस्टिम) तयार केली. **तिचा लाभ आज लाखो लोक घेत आहेत.** या प्रणालीला आय.एस.ओ. (ISO 9001:2015) प्रमाणपत्रही लाभलंय. या प्रणालीमुळेच अनेकांना सत्यमार्गावर वाटचाल करण्याची प्रेरणा मिळाली आहे. या समजेचा प्रचार आणि प्रसार करण्यासाठी त्यांनी 'तेजज्ञान फाउंडेशन' या आध्यात्मिक संस्थेचा पाया रचला. **'हॅपी थॉट्सद्वारे उच्चतम विकसित समाजाची निर्मिती करणे,'** हेच या संस्थेचं मुख्य उद्दिष्ट आहे.

विश्वातील प्रत्येक मनुष्य आज सरश्रींच्या मार्गदर्शनाचा लाभ घेऊ शकतो. त्यासाठी कोणत्याही धर्म, जात, उपजात, वर्ण, पंथ वा लिंग यांचं बंधन नसतं. विश्वाच्या प्रत्येक कानाकोपऱ्यांतील लोक आज 'तेजज्ञान'च्या अनोख्या ज्ञानप्रणालीचा (System for Wisdom) लाभ घेत आहेत. याच व्यवस्थेचा आणखी एक महत्त्वपूर्ण भाग म्हणजे, **दररोज सकाळी आणि रात्री ९ वाजून ९ मिनिटांनी लाखो लोक विश्वशांतीसाठी प्रार्थना करत आहेत.**

बेस्ट सेलर पुस्तक 'विचार नियम' शृंखलेचे रचनाकार म्हणूनही सरश्रींना ओळखलं जातं. **केवळ पाच वर्षांच्या कालावधीत या पुस्तकाच्या १ कोटीपेक्षा अधिक प्रती वितरित** झाल्या आहेत. याशिवाय आजवर त्यांनी विविध विषयांवर **१०० हून अधिक पुस्तकं लिहिली** आहेत. त्यांपैकी 'विचार नियम', 'स्वसंवाद एक जादू', 'शोध स्वतःचा', 'स्वीकाराची जादू', 'निःशब्द संवाद एक जादू', 'संपूर्ण ध्यान' इत्यादी पुस्तकं बेस्ट सेलर झाली आहेत. ही पुस्तकं दहापेक्षा अधिक भाषांमध्ये अनुवादित असून, पेंगुइन बुक्स, हे हाउस पब्लिशर्स, जैको बुक्स, मंजुळ पब्लिशिंग हाउस, प्रभात प्रकाशन, राजपाल ॲण्ड सन्स, पेंटागॉन प्रेस आणि सकाळ प्रकाशन इत्यादी प्रमुख प्रकाशन संस्थांद्वारे ती प्रकाशित झाली आहेत.

तेजज्ञान फाउंडेशन परिचय

तेजज्ञान फाउंडेशन आत्मविकासातून आत्मसाक्षात्कार प्राप्त करण्याचा एक मार्ग आहे. यासाठी सरश्रींद्वारा एक अनोखी बोधप्रणाली (System for Wisdom) निर्माण झाली आहे. या प्रणालीला आंतरराष्ट्रीय प्रमाणपत्राद्वारे ISO 9001:2015च्या आवश्यकतेनुसार आणि निकष पडताळून सरळ, व्यावहारिक आणि प्रभावी बनवलं गेलं आहे.

या संस्थेच्या प्रबोधनपद्धतीच्या भिन्न पैलूंना (शिक्षण, निरीक्षण आणि गुणवत्ता) स्वतंत्र गुणवत्ता परीक्षकांद्वारे (Quality Auditors) क्रमबद्ध पद्धतीने पडताळलं गेलं. त्यानंतर या पैलूंना ISO 9001:2015 साठी पात्र समजून या बोधपद्धतीला हे प्रमाणपत्र प्रदान करण्यात आलं.

या फाउंडेशनचे लक्ष्य आहे नकारात्मक विचारांकडून सकारात्मक विचारांकडे वाटचाल. सकारात्मक विचारांकडून शुभ विचारांकडे म्हणजे हॅपी थॉट्सकडे प्रगती. शुभ विचारांकडून निर्विचार अवस्थेकडे मार्गक्रमण आणि निर्विचार अवस्थेच्या अंती आत्मसाक्षात्कार प्राप्ती. 'मी सर्व विचारांपासून मुक्त व्हावे' हा विचार म्हणजे शुभ विचार (हॅपी थॉट्स). 'मी प्रत्येक इच्छेपासून मुक्त व्हावे', अशी इच्छा म्हणजे शुभ इच्छा.

तेजज्ञान म्हणजे ज्ञान व अज्ञान या दोहोंच्या पलीकडचे ज्ञान. पुष्कळ लोक सामान्य ज्ञानाच्या (General Knowledge) माहितीलाच ज्ञान मानतात. परंतु अस्सल ज्ञान आणि नुसती माहिती यांत फार मोठे अंतर आहे. आजमितीला लोक सामान्य ज्ञानाच्या उत्तरांनाच जास्त महत्त्व देतात. अशा ज्ञानाचे विषय म्हणजे कर्म आणि भाग्य, योग आणि प्राणायाम, स्वर्ग आणि नरक इत्यादी. आजच्या युगात सामान्यज्ञान प्राप्त करणारे लोक, शिक्षक मोठ्या प्रमाणावर आहेत; परंतु हे ज्ञान ऐकून जीवनात परिवर्तन घडून येत नाही. असे ज्ञान म्हणजे केवळ बुद्धिविलास आहे किंवा अध्यात्माच्या नावावर चाललेला बुद्धीचा व्यायाम आहे.

सर्व समस्यांवरील उपाय आहे तेजज्ञान. क्रोध, चिंता आणि भय यांपासून मुक्त जीवन म्हणजे तेजज्ञान. शारीरिक, मानसिक, सामाजिक, आर्थिक आणि आध्यात्मिक प्रगतीचा, सर्वांगीण प्रगतीचा मार्ग आहे तेजज्ञान. तेजज्ञान आपल्या अंतरंगात आहे. येथे या आणि या गोष्टीचा अनुभव घ्या.

आपल्याला असे ज्ञान हवे आहे, की जे सामान्य ज्ञानापलीकडे आहे, जे प्रत्येक समस्येवरील उत्तर आहे, जे प्रत्येक समजुतीपासून, गृहीत धारणांपासून आपल्याला मुक्त करते, ईश्वरी साक्षात्कार घडविते, अंतिम सत्यात स्थापित करते. आता वेळ आली आहे शाब्दिक, सामान्यज्ञानातून बाहेर येऊन तेजज्ञानाचा अनुभव घेण्याची!

आजवर जप-तप, तंत्र-मंत्र, कर्म-भाग्य, ध्यान-ज्ञान, योग-भक्ती असे अनेक मार्ग अध्यात्मात सांगितले आहेत. या सर्व मार्गांनी प्राप्त होणारी अंतिम समज, अंतिम ज्ञान, बोध एकच आहे. अंतिम सत्याच्या शोधकाला, साधकाला शेवटी जी एकच 'समज' प्राप्त होते, ती 'समज' श्रवणानेसुद्धा प्राप्त होऊ शकते. अशा समजप्राप्तीसाठी श्रवण करणे यालाच तेजज्ञान प्राप्त करणे म्हटले गेले आहे. तेजज्ञानाच्या श्रवणाने सत्याचा साक्षात्कार घडतो, ईश्वरीय अनुभव मिळतो. हेच तेजज्ञान सरश्री महाआसमानी परमज्ञान शिबिरात प्रदान करतात.

महाआसमानी परमज्ञान
शिबिर परिचय आणि लाभ (निवासी)

तुम्हाला सर्वोच्च आनंद हवाय? असा आनंद, जो कोणत्याही बाह्य कारणावर अवलंबून नाही... जो प्रत्येक क्षणी वृद्धिंगत होतो. या जीवनात तुम्हाला प्रेम, विश्वास, शांती, समृद्धी आणि परमसंतुष्टी हवी आहे का? शारीरिक, मानसिक, सामाजिक, आर्थिक आणि आध्यात्मिक अशा आयुष्याच्या सर्व स्तरांवर यशस्वी होण्याची तुमची इच्छा आहे का? 'मी कोण आहे' हे तुम्हाला अनुभवाने जाणावंसं वाटतं का?

तुमच्या अंतर्यामी अशा सर्व प्रश्नांची उत्तरं जाणण्याची इच्छा आणि 'अंतिम सत्य' प्राप्त करण्याची तृष्णा असेल, तर तेजज्ञान फाउंडेशनतर्फे आयोजित 'महाआसमानी शिबिरा'त तुमचं स्वागत आहे. हे शिबिर सरश्रींच्या मार्गदर्शनावर आधारित आहे. सरश्री, आजच्या युगातील आध्यात्मिक गुरू असून, ते आजच्या लोकभाषेत अत्यंत सहजपणे आध्यात्मिक समज प्रदान करतात.

महाआसमानी परमज्ञान शिबिराचा उद्देश :

विश्वातील प्रत्येक मनुष्यानं 'मी कोण आहे', या प्रश्नाचं उत्तर जाणून तो सर्वोच्च आनंदाच्या अवस्थेत स्थापित व्हावा, हाच या शिबिराचा मुख्य उद्देश आहे. प्रत्येकाला असं ज्ञान प्राप्त व्हावं, जेणेकरून त्यानं प्रत्येक क्षणी वर्तमानात जगण्याची कला आत्मसात करावी. तो भूतकाळाचं ओझं आणि भविष्याची चिंता यांतून मुक्त व्हावा. प्रत्येकाच्या आयुष्यात कधीही न संपणारा आनंद आणि योग्य समज यावी. शिवाय, प्रत्येकानं समस्या विलीन करण्याची कला आत्मसात करावी. थोडक्यात, मनुष्यजन्माचा उद्देश सफल व्हावा, हाच या शिबिराचा उद्देश आहे.

'मी कोण आहे? मी येथे का आहे? मोक्ष म्हणजे काय? या जन्मातच मोक्षप्राप्ती शक्य आहे का?' असे प्रश्न जर तुमच्या मनात असतील, तर त्यांवरील उत्तर आहे- 'महाआसमानी परमज्ञान शिबिर'.

महाआसमानी परमज्ञान शिबिराचे मुख्य लाभ :

वास्तविक या शिबिराचे लाभ तर असंख्य आहेत; पण त्यांपैकी मुख्य लाभ पुढीलप्रमाणे-

* जीवनात शक्तिशाली ध्येय निश्चित होतं
* 'मी कोण आहे' हे अनुभवाने जाणता येतं (सेल्फ रियलायजेशन)
* मनाचे सर्व विकार विलीन होतात.
* भय, चिंता, क्रोध, बोरडम, मोह, तणाव या नकारात्मक बाबींतून मुक्ती
* प्रेम, आनंद, मौन, समृद्धी, संतुष्टी, विश्वास अशा दिव्य गुणांशी युक्ती
* साधं, सरळ पण शक्तिशाली जीवन जगता येतं
* प्रत्येक समस्येचं निराकरण करण्याची कला प्राप्त होते
* 'प्रत्येक क्षणी वर्तमानात जगणं' हा तुमचा स्वभाव बनतो
* आपल्यातील सर्व सकारात्मक शक्यता खुलतात
* याच जीवनात मोक्षप्राप्ती होते

महाआसमानी परमज्ञान शिबिरात सहभागी कसं व्हाल?

या शिबिरात सहभागी होण्यासाठी तुम्हाला खालील बाबींची पूर्तता करायची आहे-

१) तुमचं वय कमीत कमी अठरा किंवा त्यापेक्षा अधिक असायला हवं.

२) सर्वप्रथम तुम्हाला 'सत्य-स्थापना' (फाउंडेशन ट्रुथ रिट्रीट) शिबिरात सहभागी व्हावं लागेल. या शिबिरात, तुम्ही प्रामुख्यानं दोन बाबी शिकाल- प्रत्येक क्षणी वर्तमानात जगण्याची कला कशी आत्मसात करावी आणि निर्विचार अवस्था कशी प्राप्त करावी.

३) प्राथमिक स्तरावर तुम्हाला काही प्रवचनं ऐकायची असून, त्यांतून तुम्ही मूलभूत समज आत्मसात कराल आणि महाआसमानी परमज्ञान शिबिरात प्रवेश करण्यासाठी तयार व्हाल.

हे शिबिर साधारणपणे एक-दोन महिन्यांच्या अंतराने आयोजित करण्यात येतं. यात हजारो सत्यशोधक सहभागी होतात. या शिबिराची तयारी दोन पद्धतींनी करू शकता. पहिली पद्धत- मनन आश्रम, पुणे येथे ५ दिवसीय शिबिरात भाग घेऊ शकता. दुसरी पद्धत- तेजज्ञान फाउंडेशनच्या जवळच्या सेंटरवर जाऊन सत्यश्रवणाद्वारेही करू शकता. महाराष्ट्रात अहमदनगर, सातारा, औरंगाबाद, नाशिक, नागपूर, वर्धा, अमरावती, चंद्रपूर, यवतमाळ, कोल्हापूर, सांगली, रत्नागिरी, लातूर, बीड, नांदेड, परभणी, पनवेल, मुंबई, ठाणे, सोलापूर, पंढरपूर, जळगाव, अकोला, बुलढाणा, धुळे, भुसावळ आणि महाराष्ट्राबाहेर सुरत, अहमदाबाद, बडोदा, नवी दिल्ली, बेंगलुरू, बेळगाव, धारवाड, रायपूर, भुवनेश्वर, कोलकाता, रांची, लखनौ, कानपूर, चंदीगढ, जयपूर, चेन्नई, पणजी, म्हापसा, भोपाळ, इंदोर, इटारसी, हर्दा, विदिशा, बुऱ्हाणपूर या ठिकाणी महाआसमानी शिबिराची पूर्वतयारी करू शकता.

तेजज्ञान फाउंडेशनमध्ये उपलब्ध असणाऱ्या सरश्रीलिखित पुस्तकांचं वाचन करून तुम्ही या शिबिराची पूर्वतयारी करू शकता. याशिवाय, तुम्ही रेडिओ किंवा यू ट्युबवरील सरश्रींच्या प्रवचनांचा लाभही घेऊ शकता. पण लक्षात घ्या, पुस्तकांतील ज्ञान, रेडिओ आणि यू ट्युबवरील प्रवचनं म्हणजे 'तेजज्ञानाची तोंडओळख' आहे; 'संपूर्ण तेजज्ञान' मुळीच नाही. तुम्ही महाआसमानी शिबिरात सहभागी होऊनच तेजज्ञानाचा आनंद घेऊ शकता. तेव्हा आगामी महाआसमानी शिबिरात सहभागी होण्यासाठी आजच संपर्क करा- 09921008060/75, 9011013208

महाआसमानी परमज्ञान शिबिरस्थान :

हे शिबिर पुण्यातील मनन आश्रम येथे आयोजित केलं जातं. येथे तुमच्या

निवासाची आणि भोजनाची व्यवस्था केली जाते. तुम्हाला काही शारीरिक व्याधी असतील आणि त्यासाठी जर तुम्ही नियमितपणे औषधं घेत असाल, तर शिबिरात येताना ती सोबत बाळगावीत. शिवाय, वातावरणानुसार गरम कपडे, स्वेटर, ब्लँकेटही आणावं.

पुणे शहरापासून १७ किलोमीटर अंतरावर अत्यंत निसर्गरम्य परिसरात मनन आश्रम वसलेला आहे. आश्रमात महिला आणि पुरुष यांच्या निवासाची स्वतंत्र व्यवस्था असून येथे जवळपास ८०० लोकांच्या राहण्याची व्यवस्था आहे. आपण हवाईमार्ग, हायवे किंवा रेल्वे अशा कोणत्याही मार्गाने पुण्यात येऊ शकता.

मनन आश्रम : मनन आश्रम, पुणे, सर्व्हे नं. ४३, सणस नगर, नांदोशी गाव, किरकटवाडी फाटा, तालुका- हवेली, जिल्हा- पुणे- ४११०२४. फोन- 09921008060

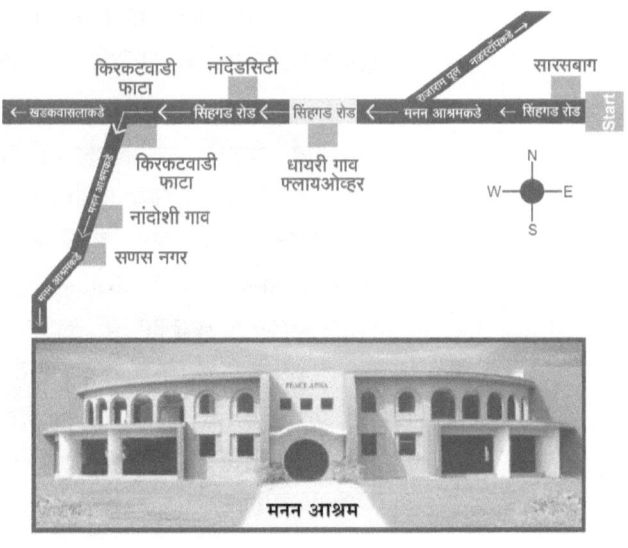

मनन आश्रम

'सरश्रीं'द्वारे रचित इतर पुस्तकं

क्षमेची जादू

क्षमेचं सामर्थ्य जाणा, सर्व दुःखांपासून मुक्त व्हा

Also available in Hindi

पृष्ठसंख्या : १६८

मूल्य : ₹ १५०

तुम्ही स्वतःवर प्रेम करता का? तुम्हाला सदैव आनंदी राहायचं आहे का? तुमचे कौटुंबिक, सामाजिक, व्यावसायिक नातेसंबंध मधुर आणि दृढ करायचे आहेत का? तुम्हाला जीवनात यशाचं शिखर गाठायचं आहे का?

या सर्व प्रश्नांची उत्तरं होकारार्थी असतील, तर तुम्हाला केवळ एकच शब्द म्हणायला शिकायचं आहे तो म्हणजे 'सॉरी' 'मला माफ करा.' सॉरी, क्षमा, माफी... शब्द कोणतेही असो, मनःपूर्वक माफी मागितल्याने जीवनात चमत्कार घडू लागतात, तुमचं अंतःकरण (इन-साफ) शुद्ध, स्वच्छ होतं. एवढंच नव्हे, तर तुमची मागील सर्व कर्मबंधनं नष्ट होऊन, भाग्योदय होतो. प्रस्तुत पुस्तकाद्वारे आपण हीच क्षमेची जादू शिकणार आहोत.

2 महान अवतार
श्रीराम आणि श्रीकृष्ण

Also available in Hindi

पृष्ठसंख्या : १३६
मूल्य : ₹ १४०

भारतातील दोन महान अवतार – प्रभू श्रीराम आणि श्रीकृष्ण यांच्या महान लीला या पुस्तकात प्रस्तुत केल्या आहेत. या दोहोंच्या कथा तर आपण सर्वांनीच ऐकल्या, वाचल्या आणि पाहिल्या असतील. मात्र, त्यांचा खरा अर्थ जाणणंही आवश्यक आहे.

या अवतारांद्वारे दर्शवलेली लीला आपल्या आंतरिक गुणांचा विकास करण्याची जणू अप्रतिम संधीच! जी आपल्याला भक्ती आणि जगण्याची कला शिकवते.

जीवनात जेव्हा आपल्याला राम आणि कृष्ण म्हणजेच 'सत्य अनुभवाचं' महत्त्व लक्षात येतं, त्याची उणीव भासू लागते, तेव्हा त्याच्या प्राप्तीकरिता अथक प्रयत्न आपल्याकडून सुरू होतात. मग योग्य मार्गदर्शनानुसार आपण आपल्या अंतरंगातील सत्याची ताकद, बळ वाढवू लागतो. विकाररूपी रावण आणि अहंकाररूपी कंस यांच्याशी युद्ध करून त्यांचा पराभव करतो, त्यापासून मुक्त होतो. जीवनात ज्यावेळी सत्याचं पुनरागमन होतं, त्यावेळी आपल्या या देहात दिवाळी, जन्माष्टमी साजरी होऊ लागते.

e-mail
mail@tejgyan.com

Website
www.tejgyan.org, www.gethappythoughts.org

- विश्वशांती प्रार्थना -

पृथ्वीवर शुभ्र प्रकाश (दिव्यशक्ती) येत आहे,
पृथ्वीतून सोनेरी प्रकाशाचा (चेतनेचा) उदय होत आहे.
विश्वातील सगळी नकारात्मकता दूर होत आहे.
सर्वजण प्रेम, आनंद आणि शांतीसाठी ग्रहणशील होत आहेत.
विश्वातील सर्व लीडर्स 'आउट ऑफ बॉक्स' विचार करत आहेत...
विश्वातील सर्व लीडर्स शांतिदूत बनत आहेत...
ईश्वराची इच्छा हीच विश्वातील सर्व लीडर्सची इच्छा बनत आहे! धन्यवाद

ही 'सामूदायिक अव्यक्तिगत प्रार्थना' तेजज्ञान फाउंडेशनचे सर्व सदस्य कित्येक वर्षांपासून सातत्याने करत आहेत. आनंदी लोकदेखील ही प्रार्थना करू शकतात. तसेच आजारी किंवा कोणत्याही समस्येमुळे त्रस्त असणारे लोकही ही प्रार्थना ग्रहण करून स्वास्थ्यलाभ घेऊ शकतात.

तुम्ही एखाद्या आजाराने वा समस्येने त्रस्त असाल, तर सकाळी अथवा रात्री ९ वाजून ९ मिनिटांनी ग्रहणशील होऊन शांत बसा. 'स्वास्थ्य आणि शांती यांचा शुभ्र प्रकाश प्रार्थना करणाऱ्या कित्येक लोकांद्वारे पृथ्वीवर येत आहे. त्याचप्रमाणे तो माझ्यावरही कार्य करत आहे. जेणेकरून मी स्वस्थ आणि शांत होत आहे.' असं मनात म्हणा. त्यानंतर काही वेळ याच भावावस्थेत राहून सर्वांना धन्यवाद द्या आणि मगच उठा.

✹ तेजज्ञान इंटरनेट रेडिओ ✹

तेजज्ञान इंटरनेट रेडिओद्वारे २४ तास ३६५ दिवस, सरश्रींच्या प्रवचन आणि भजनांचा लाभ घ्या. त्यासाठी पाहा लिंक -
http://www.tejgyan.org/internetradio.aspx

विविध भारती F.M. वर दर रविवारी
सकाळी १०:०५ ते १०:१५ वा.

नोट : या कार्यक्रमांच्या वेळेत बदल झाल्यास नोंद ठेवावी.

www.youtube.com/tejgyan च्या साहाय्यानेदेखील सरश्रींच्या प्रवचनांचा लाभ घेऊ शकता.
For online shoping visit us - www.tejgyan.org,
www.gethappythoughts.org

आपणास हवी असलेली पुस्तकं घरपोच मिळण्यासाठी मनीऑर्डर पाठवा. ही पुस्तकं आमच्या खर्चाने रजिस्टर्ड पोस्ट, कुरिअर आणि व्ही.पी.पी.द्वारे पाठवली जातील. त्यासाठी खालील पत्त्यावर संपर्क साधावा.

वॉव पब्लिशिंग्ज् प्रा. लि.

*रजिस्टर्ड ऑफिस : E-4, वैभव नगर, तपोवनमंदिराजवळ, पिंपरी, पुणे -४११०१७
* पोस्ट बॉक्स नं. ३६, पिंपरी कॉलनी, पोस्ट ऑफिस, पिंपरी-पुणे - ४११०१७

फोन नं. : 09011013210 / 9623457873

आपण पुस्तकांची ऑर्डर ऑनलाईनही देऊ शकता.

लॉग इन करा - www.gethappythoughts.org

५०० रुपयांहून अधिक किमतीची पुस्तकं मागवल्यास १०% सूट मिळेल आणि डिलिव्हरी फ्री.

तेजज्ञान फाउंडेशनच्या मुख्य शाखा

पुणे : (रजिस्टर्ड ऑफिस)
विक्रांत कॉम्प्लेक्स, तपोवन मंदिराजवळ, पिंपरी,
पुणे : ४११ ०१७. फोन : (०२०) २७४१२५७६, २७४११२४०

मनन आश्रम :
सर्व्हे नं. ४३, सणस नगर, नांदोशी गांव, किरकटवाडी फाटा,
तालुका : हवेली, जि. पुणे: ४११ ०२४.
फोन : ०९९२१००८०६०

e-books

The Source • Complete Meditation • Ultimate Purpose of Success • Enlightenment l Inner Magic • Celebrating Relationships • Essence of Devotion • Master of Siddhartha • Self Encounter and many more.
Also available in Hindi at gethappythoughts.org

Free apps

U R Meditation & Tejgyan Internet Radio on all platforms like Android, iPhone, iPad and Amazon

e-magazines

'Yogya Aarogya' & 'Drushtilakshya'

emagazines available on www.magzter.com

www.ingramcontent.com/pod-product-compliance
Lightning Source LLC
LaVergne TN
LVHW041852070526
838199LV00045BB/1554
* 9 7 8 9 3 8 7 6 9 6 9 0 7 *